ഗ്രീൻ ബുക്സ്

ഡോഡോലാൻഡിലെ സൂര്യപുത്രി

ജോയ് വാഴപ്പിള്ളി

തൃശ്ശൂർ ജില്ലയിൽ കുന്നംകുളത്തിനടുത്തുള്ള അഞ്ഞൂരിൽ ജനനവും പ്രാഥമിക വിദ്യാഭ്യാസവും. അപ്പൻ: തരുതുണ്ണി വാഴപ്പിള്ളി. അമ്മ: ബേബി മാറോക്കി. തൃശ്ശൂർ എം.ടി.ഐയിൽനിന്ന് മെക്കാനിക്കൽ എഞ്ചിനീയറിംഗ്. പഠനം പൂർത്തിയാക്കി പിന്നീടുള്ള ഒരു വർഷം ബോംബെയിലെ എയർ ഇന്ത്യയിൽ ട്രെയിനിങ്. തുടർന്നുള്ള കാലമത്രയും വാട്ടർ ട്രീറ്റ്മെന്റ് മേഖലയിൽ ജോലി. 2011 മുതൽ ഈ മേഖലയിലും മറ്റ് പല ബിസിനസ്സുമായി UAEയിലെ ഷാർജയിൽ താമസിക്കുന്നു.

Email: joy.vazhappilly@gmail.com

യാത്ര

ഡോഡോലാൻഡിലെ സൂര്യപുത്രി

ജോയ് വാഴപ്പിള്ളി

ഗ്രീൻ ബുക്സ്

green books private limited
gb building, civil lane road, ayyanthole,
thrissur- 680 003, kerala, ph: +91 487-2381066, 2381039
website: www.greenbooksindia.com
e-mail: info@greenbooksindia.com

branches:
thrissur 0487-2422515
thiruvananthapuram 0471-2335301
calicut 0495 4854662

malayalam
dodolandile sooryaputhri
travelogue
by
joy vazhappilly

published september 2023

cover design : s. mahendra

printed in india
manipal technologies limited

isbn : 978-81-19486-37-3

₹ 170.00
GBPL/1311/2023

ആമുഖം

കോവിഡിന്റെ കാലഘട്ടത്തിൽ, അടഞ്ഞ മുറിക്കുള്ളിൽ സമയം ചിലവഴിക്കേണ്ടിവന്നതിനാൽ, സ്വന്തം യാത്രാനുഭവങ്ങൾ കഥാരൂപത്തിലും യാത്രാവിവരണ രൂപത്തിലും എഴുതി പലതും ഫേസ്ബുക്കിൽ പോസ്റ്റ് ചെയ്യാൻ തുടങ്ങി. കഴിഞ്ഞ മുപ്പതു വർഷമായി നാല്പതിലേറെ രാജ്യങ്ങളിൽ ജോലിസംബന്ധമായും അല്ലാതെയും നിരന്തരമായി യാത്ര ചെയ്യേണ്ടി വന്നിരുന്നു. അവയിൽനിന്ന് പല അനുഭവങ്ങളും ഉണ്ടായി. ഏറെ ഹൃദ്യമായ ചില അനുഭവങ്ങൾ മാത്രം ഇവിടെ ചേർക്കുന്നു. യാഥാർത്ഥ്യത്തോടും ചിലപ്പോൾ മാത്രം ഭാവനയുടെ ചിറകിലേറിയും തീർത്ത ഈ യാത്രാനുഭവങ്ങൾ വായനക്കാർക്ക് തീർച്ചയായും ഇഷ്ടപ്പെടുമെന്ന ആത്മവിശ്വാസത്തോടെ സമർപ്പിക്കുന്നു.

ജോയ് വാഴപ്പിള്ളി

കൂപ്പുകൈ

കഴിഞ്ഞ മുപ്പതു വർഷമായി പല രാജ്യങ്ങളിലായി യാത്രകൾ ചെയ്യാൻ സാഹചര്യങ്ങൾ ഉണ്ടാകുകയും ഓരോ യാത്രയിലെ വിശേഷങ്ങൾ ഏറെ താത്പര്യത്തോടെ ചോദിച്ചറിയുകയും ചെയ്തിരുന്ന ഭാര്യാപിതാവ്, ശ്രീ. ജോർജ് ആലപ്പാട്ടിനെ ഓർക്കുന്നു. അദ്ദേഹം ഇത്തരുണത്തിൽ ഞങ്ങളോടൊപ്പമില്ലെങ്കിലും ഈ യാത്രാസമാഹാരം എഴുതാനായി പ്രചോദനം തന്ന ആ സ്മരണയ്ക്ക് മുന്നിൽ കൂപ്പുകൈയോടെ!

ഉള്ളടക്കം

അവതാരിക

മനുഷ്യജീവിതത്തോട് എക്കാലത്തും ചേർന്നു നിൽക്കുന്ന സാഹിത്യരൂപമാണ് കഥ. വ്യത്യസ്തവും കാലാതീതവുമായ കഥകളാണ് ഇന്ന് വായനക്കാർക്കാവശ്യം.

'ഡോഡോലാൻഡിലെ സൂര്യപുത്രി' എന്ന യാത്രാവിവരണത്തിലൂടെ ധിഷണശാലിയായ ജോയ് വാഴപ്പിള്ളി എന്ന സഞ്ചാരി, തന്റെ വീക്ഷണ ചാതുര്യം തന്മയത്വത്തോടെ അവതരിപ്പിക്കുവാനും യാത്രകളുടെ രസച്ചരട് പൊട്ടിക്കാതെ വായനക്കാരനെ കൊണ്ടുപോകാനും ശ്രമിച്ചിരിക്കുന്നു.

ഓരോ യാത്രയും വ്യത്യസ്ത വികാരങ്ങളിലേക്കും അനുഭവങ്ങളിലേക്കും വായനക്കാരെ നയിക്കുന്നു.

വായനക്കാരെ ആകാംക്ഷയുടെ മുൾമുനയിൽ നിർത്തി, ആത്മാവിനെ സ്പർശിക്കുന്ന മാനുഷിക അവസ്ഥയെക്കുറിച്ചുള്ള ഭാവന, കഥപറച്ചിലിന്റെ തീവ്രത, എന്നിവയിലൂടെ സമ്പന്നമാണ് ഓരോ യാത്രയും. പല നാടുകളുടെയും പ്രത്യേകിച്ച് ആഫ്രിക്കയുടെ വൈവിധ്യമാർന്ന അനുഭവങ്ങളും കാഴ്ചപ്പാടുകളും ഈ സഞ്ചാരത്തിലൂടെ നൽകിയിട്ടുണ്ട്.

ജോയിയുടെ, ഉൾക്കാഴ്ചകളും പര്യവേക്ഷണവും ഒരു നിർദ്ദിഷ്ട പ്രമേയത്തിലോ കാലഘട്ടത്തിലോ മാത്രം ശ്രദ്ധ കേന്ദ്രീകരിക്കാത്തതുകൊണ്ട് ഓരോ യാത്രയും ബഹുമുഖവും ആകർഷകവുമായി മാറി.

ഈ കഥാസമാഹാരത്തിലെ മർഫീസ് ലോ, മൈക്കിളിന്റെ അതിജീവനം, ഇസ്താൻബൂളിലെ പൂക്കാരി

മുതലായ വിവരങ്ങളിലൂടെ കടന്നു പോകുമ്പോൾ, സഞ്ചാരത്തിന്റെ സന്തോഷവും പരിചയത്തിന്റെ ആശ്വാസവും അജ്ഞാതമായ നാടിന്റെ അത്ഭുതവും അനുഭവിക്കാൻ കഴിയുന്നു.

പ്രത്യക്ഷമായും പരോക്ഷമായും സമകാലിക വിഷയങ്ങൾ യാത്രകൾക്ക് ആധാരമാകുമ്പോൾ അത്തരം രചനകൾ കൂടുതൽ വായനകൾക്കും ചർച്ചകൾക്കും വിധേയമാകാറുണ്ട്.

ജോയി, യാത്രയുടെ വിശദാംശങ്ങൾ പറഞ്ഞു പോകുകയല്ല, മറിച്ച് അദ്ദേഹത്തിൽ മുളപൊട്ടിയ ചിന്താ ധാരയിൽ, ചുറ്റുപാടിൽ നിന്നും കണ്ടെത്തിയ തന്തു ക്കൾക്ക് ജീവൻ നൽകി, ഓരോന്നിനും വൈവിധ്യ മൊരുക്കി വർത്തമാനകാലത്തിലേക്കുള്ള നേർക്കാഴ്ച യാക്കി മുന്നോട്ടുപോകുന്നു..

അവതരണത്തിൽ വേറിട്ടു നിൽക്കുന്ന ആഖ്യാന ശൈലിയും കണ്ടെത്തിയ പ്രമേയങ്ങളും പുതുമ നഷ്ട പ്പെടുത്താതെ വ്യത്യസ്തമായ രുചിഭേദങ്ങൾ വായന ക്കാർക്ക് സമ്മാനിക്കുന്നു.

ഓരോ യാത്രകളും വായനക്കാരന്റെ ഉള്ളിൽ അത്ഭുതങ്ങളുടെയും ആകാംക്ഷകളുടെയും ദൃശ്യ വിസ്മയം തന്നെ സൃഷ്ടിക്കും എന്നതിൽ തർക്ക മില്ല.

കഥകൾ എഴുതപ്പെടുന്നത് വായനക്കാരുടെ ആസ്വാ ദനത്തിനു വേണ്ടി മാത്രമാണ് എന്ന് ഞാൻ കരുതു ന്നില്ല. അത് വരുംതലമുറകൾക്ക് ഓരോ കാലഘട്ട ങ്ങളിലെ ജീവിത സാഹചര്യങ്ങളും ചിന്താരീതികളും മാനവികതയും മനസ്സിലാക്കുവാൻ വേണ്ടിയായിരി ക്കണം.

ഓരോ യാത്രയിലും മനുഷ്യത്വത്തിന്റെ കയ്യൊപ്പും ശുഭാപ്തിവിശ്വാസത്തിന്റെ നേർക്കാഴ്ചയും സഹാനു ഭൂതിയുടെ വശ്യതയും നിഴലിക്കുന്നുണ്ട്.

സ്വാനുഭവമോ ഭാവനയോ എന്ന് തിരിച്ചറിയാൻ കഴി യാത്ത ആഖ്യാനരീതി, എഴുത്തുകാരനെ വ്യത്യസ്ത നാക്കുന്നു.

ഈ പുസ്തകത്തിലെ യാത്രകളും കഥാപാത്രങ്ങളും സാഹിത്യലോകത്ത് മായാത്ത മുദ്ര പതിപ്പിച്ച് കാലത്തിനപ്പുറം സഞ്ചരിക്കട്ടെയെന്ന് ആശംസിച്ചുകൊണ്ട് 'ഡോഡോലാൻഡിലെ സൂര്യപുത്രി' എന്ന ഈ യാത്രാവിവരണം സന്തോഷത്തോടെ, പ്രബുദ്ധരായ വായനാസമൂഹത്തിന് സമർപ്പിക്കുന്നു.

സ്നേഹപൂർവം

വേണു കുന്നപ്പിള്ളി

ഇസ്താൻബൂളിലെ പൂക്കാരി

ഗുണേഷ് എന്ന പൂക്കാരി അമ്മൂമ്മയെ ആദ്യമായി ഞാൻ പരിചയപ്പെടുന്നത് 2000 നവംബർ മാസത്തിലെ ഇസ്താൻബൂൾ യാത്രയിലാണ്. 1996 മുതൽ വർഷത്തിൽ നാലഞ്ചു തവണയെങ്കിലും ജോലി സംബന്ധമായി ദുബായിൽ നിന്നു ഇസ്താൻബൂളിൽ പോകുക പതിവായിരുന്നു.

ഇസ്താൻബൂളിലെ പ്രസിദ്ധമായ ടാക്സിം ചത്വരത്തിനോടു ചേർന്നു കിടക്കുന്ന, എസ്റ്റിക്കലാൽ സ്ട്രീറ്റ് തുടങ്ങുന്ന വിശാലമായ ഭാഗത്താണ് മനോഹരമായ, വിവിധയിനം പൂക്കൾ വിൽക്കുന്ന നിരയായുള്ള കടകൾ സ്ഥിതി ചെയ്യുന്നത്. ഏതൊരു വിനോദ സഞ്ചാരിയും പല വർണ്ണത്തിലുള്ള ഈ പൂക്കളെ അല്പ നേരമെങ്കിലും നോക്കിനിൽക്കാതെ എസ്റ്റിക്കലാൽ സ്ട്രീറ്റിലേക്ക് പോകാറില്ല. പന്ത്രണ്ട് കിലോമീറ്ററിലേറെ നീണ്ടുകിടക്കുന്ന ഈ സ്ട്രീറ്റിലൂടെ വിനോദസഞ്ചാരികളെ കൂട്ടിമുട്ടാതെ നടക്കുക പ്രയാസം. തിരക്കേറിയ ഈ വഴിയിലൂടെ യാത്രക്കാർക്കായി രണ്ട്മൂന്നു ചെറിയ ബോഗികൾ ഘടിപ്പിച്ച മിനി ട്രാം, പഴയ കാല പെരുമയുടെ വണ്ടി മണി അടിച്ചു യാത്രക്കാരെ മാറ്റി നിരത്തിലൂടെ പോകുന്നതുകാണുക കൗതുകകരമാണ്.

നീണ്ട ഈ വഴിയോരത്തിന്റെ രണ്ടു ഭാഗങ്ങളിലും നിരവധി ഭക്ഷണശാലകളും തുണിക്കടകളും കോഫിഷോപ്പുകളും ടാറ്റൂ ചെയ്തുകൊടുക്കുന്ന കിയോസ്ക്കുകളും ബിയർ, വൈൻ പാർലറുകളും കൊണ്ട് ഈ നിരത്തിനെ എല്ലാ സന്ദർശകരുടെയും പ്രിയപ്പെട്ട ഒരു കേന്ദ്രമായി മാറിയിരിക്കുന്നു. ടാക്സിം ചത്വരത്തിന്റെ മധ്യഭാഗത്തായി ആധുനിക തുർക്കിയുടെ പിതാവെന്നറിയപ്പെടുന്ന അറ്റതുർക്കിന്റെ വലിയ പ്രതിമയുണ്ട്. ഈ പ്രതിമയുടെ ഓരം ചേർന്നു നിരനിരയായുള്ള 30 ലേറെ പൂക്കടകളുള്ളതിൽ ഒന്നാണ്

ഇസ്താൻബൂളിലെ പൂക്കാരി

ഗുണേഷ് അമ്മൂമ്മയുടെ പൂക്കട. എന്റെ ഇസ്താൻബൂൾ യാത്രകളിൽ വൈവിധ്യമാർന്നതും മനോഹരവുമായ, വഴിയോരത്തുള്ള കട കളിലെ പൂക്കളെ ഏറെ നേരം നോക്കിനിൽക്കാതെ ഞാൻ തിരികെ വരാറില്ല.

പൂക്കടയുടെ മുന്നിലേക്ക് പൂക്കളുമായി വാഹനങ്ങൾക്ക് വരാൻ സാധിക്കാത്തതുകൊണ്ട്, പൂക്കളുടെ ഭാരമുള്ള വലിയ പൂക്കൊട്ട യുമായി വരുന്ന ആ അമ്മൂമ്മയെ സഹായിച്ചതിലൂടെയാണ് ഗുണേ ഷിനെ പരിചയപ്പെടുന്നത്. പൂക്കൊട്ടയുമായി കടയിൽ എത്തിയ എനിക്ക്, ചായ തന്ന് നന്ദി പറഞ്ഞ, ആ സൗഹൃദം പതിനെട്ടു വർഷം നീണ്ട ഒരു സൗഹൃദത്തിന്റെ കയ്യൊപ്പായിരുന്നു.

തുർക്കിയിൽ, ഇന്ത്യക്കാരെ പൊതുവെ, ഹിന്ദുസ്ഥാനികൾ എന്നാണ് അറിയപ്പെടുന്നത്. ഞാൻ ഹിന്ദുസ്ഥാനിയാണെന്ന് മന സ്സിലാക്കിയ അവർ, കിഷോർകുമാറിന്റെ പഴയ ഹിന്ദി ഗാനങ്ങൾ മൂളാൻ തുടങ്ങി. ഹിന്ദി സിനിമകളെ ഇഷ്ടപ്പെടുന്ന പഴയ ജനറേ ഷന്റെ ഭാഗമാണ് ഗുണേഷ്. കണങ്കാൽവരെ നീളമുള്ള പാവാടയും കൈപ്പത്തിവരെ നീളമുള്ള കുപ്പായവും അതിനുമേൽ എല്ലാ യ്പ്പോഴും കട്ടിയുള്ള ഒരു മേൽക്കുപ്പായവുമാണ് അമ്മൂമ്മയുടെ വേഷം.

അമ്മൂമ്മ ചിരിക്കുമ്പോൾ, കണ്ണുകൾ രണ്ടും നേർത്ത രണ്ടു വ രകൾ മാത്രമാകുന്ന വട്ടമുഖം, വിരിഞ്ഞ സൂര്യകാന്തിപ്പൂവിനെ പ്പോലെയാണ്. എപ്പോഴും തലമറച്ചു കെട്ടുന്ന സ്കാർഫിന്റെ ഇട യിൽ നിന്നു പുറത്തേക്കു വരുന്ന, നര ബാധിച്ച തന്റെ തലമുടി ശ്രദ്ധയോടെ സ്കാർഫിന്റെ ഉള്ളിലേക്കൊതുക്കുന്ന ഒരു പ്രക്രിയ എപ്പോഴുമുണ്ട്. ഗാന്ധിജിയെ ഓർമിപ്പിക്കുന്ന വൃത്താകൃതിയിലുള്ള കണ്ണട നീണ്ട കറുത്ത ചരടിൽ മാലപോലെ കഴുത്തിൽ കെട്ടിത്തൂക്കി യിട്ടുണ്ടെങ്കിലും അതുവച്ചു വായിക്കുന്നത് വിരളമാണ്.

79 കഴിഞ്ഞെങ്കിലും ഊർജ്ജസ്വലതയോടെ, സദാ ചിരിച്ചു കൊണ്ട് പൂക്കൾ വാങ്ങാൻ റഷ്യയിൽനിന്നു വരുന്ന സന്ദർശകരോട് ഈ അമ്മൂമ്മ നന്നായി റഷ്യൻ സംസാരിക്കും. താൻ കുഞ്ഞായിരു ന്നപ്പോൾ തന്റെ കുടുംബം സോവിയറ്റ് റഷ്യയിൽ നിന്നു വംശീയ അതിക്രമത്തിന്റെ ഭാഗമായി പലായനം ചെയ്ത കഥയും എന്നോട് പറഞ്ഞിട്ടുണ്ട്. നാലു വർഷത്തെ എന്റെ നിരന്തര തുർക്കി സന്ദർശ നത്തിനിടെ തുർക്കി ഭാഷ കുറച്ചെങ്കിലും സംസാരിക്കാനും ഈ സമയം കൊണ്ട് ഞാൻ പഠിച്ചിരുന്നു. എന്റെ തുർക്കി ഭാഷ കേൾ ക്കുമ്പോൾ അതിലെ തെറ്റ് തിരുത്താനും എപ്പോഴും ഗുണേഷ് ശ്രദ്ധി ച്ചിരുന്നു.

വർഷങ്ങൾ കടന്നുപോയി. എന്റെ ഓരോ യാത്രയിലും ഗുണേഷിന്റെ കടയിൽ കയറി കുശലം ചോദിക്കുക പതിവായിരുന്നു. ഇസ്താൻബൂളിലെ ഞായറാഴ്ച ഈ കടയിൽ ദിവസം മുഴുവൻ ചിലവഴിച്ചിരുന്നു. പെട്ടെന്നായിരുന്നു ഞങ്ങളുടെ ഈ സുഹൃത്ബന്ധം വളർന്നത്. ഓരോ തവണയും ജീവിതത്തിലുണ്ടായ അനുഭവങ്ങൾ ഞാൻ ചോദിക്കാതെ എന്നോട് പറഞ്ഞിരുന്നു.

എസ്റ്റിക്കലാൽ സ്ട്രീറ്റ്, ഇസ്താൻബുൾ

ഇരുപതു വർഷങ്ങൾക്ക് മുൻപ് അവരുടെ ഭർത്താവ് അപകടത്തിൽപെട്ട് തനിച്ചാക്കി പോയതും 1999ലെ തുർക്കിയെ തകർത്തെറിഞ്ഞ ഭൂമികുലുക്കത്തിൽ ഏക മകളും ഭർത്താവും വിട്ടുപോയതും ഭാഗ്യം ഒന്നുകൊണ്ടു മാത്രം ആയിഷ എന്ന പേരക്കുട്ടി രക്ഷപ്പെട്ടതുമായ കഥകൾ. ഭർത്താവ് മരിച്ചതിനുശേഷം ഈ പൂക്കട നടത്താൻ നിർബന്ധിതയായ ഗുണേഷ് അവരുടെ എല്ലാ സ്വകാര്യ ദുഃഖങ്ങളും എന്നോട് പറഞ്ഞു. ഇങ്ങനെയൊക്കെയാണെങ്കിലും പൂക്കൾ വാങ്ങാൻ വരുന്നവരോട് എത്രമാത്രം സന്തോഷവതിയായാണ് പെരുമാറുന്നത് എന്ന കാര്യം എന്നെ അത്ഭുതപ്പെടുത്തി.

അമ്പതിനായിരത്തിലേറെ പേരുടെ മരണത്തിനിടയായ തുർക്കിയിലെ ഭൂകമ്പസമയത്ത് ഞാനും ഈ സിറ്റിയിൽ ഉണ്ടായിരുന്നു എന്ന് കേട്ടപ്പോൾ അവർക്കു എന്നോട് പറയാൻ ധാരാളം അനുഭവ കഥകളുമുണ്ടായിരുന്നു.

1999 ഓഗസ്റ്റ് 17ന് രാത്രി 2:30നു ഹോട്ടലിൽ ഉറങ്ങുന്ന താൻ തറയിലേക്ക് എറിയപ്പെട്ടതും ഒന്നും മനസ്സിലാകാതെ നിൽക്കുന്ന തന്നെ ഹോട്ടലിലെ ജീവനക്കാർ വന്നു എല്ലാവരെയും കോണിപ്പടിയിലൂടെ ഇറക്കിയതും ഒരു ദുസ്സ്വപ്നം പോലെ അവർ ഓർത്തു പറഞ്ഞു.

ഗുണേഷിന്റെ പേരക്കുട്ടിയായ ആയിഷയുടെ ഒരു ജന്മദിനത്തിന് ദുബായിൽ നിന്നു ഞാൻ വാങ്ങിയ ഇന്ത്യൻ ചുരിദാറിനെക്കുറിച്ച് അതിനുശേഷം കണ്ടപ്പോഴെല്ലാം എന്നോട് നന്ദി പറഞ്ഞിട്ടുമുണ്ട്.

2016 ആയപ്പോഴേക്കും എന്റെ പല ഇസ്താൻബൂൾ സന്ദർശനത്തിലും ഞാൻ ഗുണേഷിനെ കണ്ടിരുന്നില്ല. അടുത്തുള്ള പൂക്കടക്കാർക്കെല്ലാം എന്നെ അറിയാവുന്നതുകൊണ്ട് അവർ, 83 വയസ്സായ ഗുണേഷിന്റെ അനാരോഗ്യത്തെക്കുറിച്ചും ബുദ്ധിമുട്ടുകളെക്കുറിച്ചും എന്നോട് പറഞ്ഞിരുന്നു.

ഈയിടെ സകുടുംബം ഇസ്താൻബൂൾ കാണാനായി ഞാൻ പോയപ്പോഴും ഗുണേഷിനെ കണ്ടിരുന്നില്ല. ഭാര്യയെയും കുട്ടികളെയും പേരെടുത്തു കുശലം അന്വേഷിക്കുന്ന അവർ, എന്റെ കുടുംബത്തെ കാണാൻ ആഗ്രഹിച്ചിരുന്നു. 2018 ജൂൺ മാസത്തിലെ യാത്രയിൽ തുർക്കിയുടെ അയൽരാജ്യമായ ബൾഗേറിയയുടെ അതിർത്തി എത്തുന്നതിന് അടുത്തുള്ള എഡിർനെ എന്ന സിറ്റിയിൽ ജോലി സംബന്ധമായി പോകാൻ എനിക്ക് അവസരം ലഭിച്ചു. ഈ സിറ്റിയിലുള്ള സുൽത്താൻ പാഷ നിസ്കാരപള്ളിക്കടുത്താണ്

ഗുണേഷിന്റെ വീട് എന്ന് എന്നോട് അവർ പറഞ്ഞിരുന്നത് ഓർമ്മ വന്നു. ഇസ്താൻബൂളിൽ എത്തിയ ഉടനെ ഡ്രൈവർ അതില്ലയെ വിളിച്ച്, അടുത്ത ദിവസം എഡിർനെയിൽ പോകാനുള്ള എല്ലാ ക്രമീകരണങ്ങൾ ചെയ്തിരുന്നു.

ഗുണേഷിന്റെ അടുത്ത കടയിൽ നിന്നു നീലയും പച്ചയും മഞ്ഞയും കലർന്ന തുലിപ് പൂക്കൾ കൊണ്ടുണ്ടാക്കിയ ബൊക്കെ വാങ്ങി കാറിൽ വെച്ചു. അതില്ലയുടെ സഹായത്തോടെ ഗുണേഷിന്റെ വീട് കണ്ടുപിടിച്ചു.

കൈയിൽ ഒരു കുട്ടിയുമായി ഞങ്ങളെ എതിരേൽക്കാൻ വന്നത് ആയിഷ ആണെന്ന് ഒറ്റനോട്ടത്തിൽ എനിക്ക് മനസ്സിലായി. ഈയിടെ ആയിഷയുടെ നിക്കാഹ് കഴിഞ്ഞത് ഞാൻ അറിഞ്ഞിരുന്നില്ല. അതില്ലയോട് സംസാരിച്ച ആയിഷ പെട്ടെന്ന് കരഞ്ഞുകൊണ്ട് അകത്തേക്ക് പോയി.

തലകുനിച്ച് മുന്നിലിരിക്കുന്ന അതില്ലായോട് വിശേഷങ്ങൾ തിരക്കി. മൗനം ഭഞ്ജിക്കാതെ ഞങ്ങൾ ഇരുവരും ഏറെ നേരം ഇരുന്നു.

പത്തുപതിനഞ്ച് നിമിഷത്തിനു ശേഷം ആയിഷ വന്നു. നനവുള്ള കണ്ണുകളോടെ എന്നെ നോക്കി ഗുണേഷ് നാലു ദിവസം മുന്നേ എന്നന്നേക്കുമായി യാത്രയായി എന്ന് പറഞ്ഞു. മരിക്കുന്നതിന് മൂന്നുനാല് മാസം മുന്നേ വരെ നല്ല ഓർമ്മ ഉണ്ടായിരുന്നു

ടാക്സിം സ്ക്വയർ, ഇസ്താൻബുൾ

എന്നും ഞാൻ ഗുണേഷിനെ കാണാൻ വരുമെന്ന് പലപ്പോഴും പറയുമായിരുന്നു എന്നും ആയിഷ കൂട്ടിച്ചേർത്തു.

വളരെ പ്രതീക്ഷയോടെ ഗുണേഷിനെ കാണാൻ വന്ന എനിക്ക് ദുഃഖം തോന്നി. കൂടെ വന്ന അതില്ലയോട് ഈ സമയം ആയിഷ, ഞാനും ഗുണേഷും തമ്മിലുള്ള സ്നേഹബന്ധത്തിന്റെ വ്യാപ്തി പറഞ്ഞു കൊടുക്കുകയായിരുന്നു. അവിടെ ഞാൻ നിശ്ശബ്ദനായി ഇരുന്നു.

നീണ്ട പതിനെട്ടു വർഷത്തെ ഓർമ്മകളുടെ ഒരു വേലിയേറ്റമായിരുന്നു മനസ്സിൽ. ഗുണേഷിന് കൊടുക്കാനായി കൊണ്ടുവന്ന തുലിപ് പൂക്കൾ എന്ത് ചെയ്യണമെന്നറിയാതെ അവിടെയുള്ള മറ്റൊരു കസേരയിൽ വെച്ചു യാത്ര ചോദിച്ചു ഞാൻ നടന്നു. നിറകണ്ണുകളോടെ ആയിഷ പറ്റുമെങ്കിൽ ഇനിയും വരണമെന്ന് പറഞ്ഞു. ആയിഷയുടെ ദുഃഖഭാരവും നിരാശയും എന്നെ വേദനിപ്പിച്ചു. എന്ത് പറയണമെന്നറിയാതെ good evening എന്നു അർത്ഥമുള്ള 'yakshamlar' എന്നു പറഞ്ഞു ഞാൻ കാറിൽ കയറി ഇസ്താൻബൂളിലേക്ക് യാത്ര തിരിച്ചു.

എന്റെ 2000–2016 വരെയുള്ള കാലയളവിൽ ഏകദേശം അറുപതിലേറെ തവണ തുർക്കി എന്ന രാജ്യത്തിന്റെ ചെറുതും വലുതുമായ സിറ്റികളിലും മറ്റ് മുപ്പത്തിമൂന്നിലേറെ രാജ്യങ്ങളിലും സഞ്ചാരിച്ച എനിക്ക് ഇതുപോലെ ആഴത്തിലുള്ള മറ്റൊരു സ്നേഹബന്ധമില്ല.

ഒരുപാട് നല്ല ഓർമ്മകൾ തന്ന, സ്നേഹനിധിയായ ആ അമ്മൂമ്മ ഇല്ലാത്ത, ടാക്സിം സ്ക്വയറിലെ പൂക്കടകളിൽ പിന്നീട് പോയിട്ടില്ല. എന്റെ ഓർമ്മയിൽ അവർ എന്നും പല നിറത്തിലുള്ള പൂക്കളുടെ ഇടയിൽ പുഞ്ചിരിച്ചു നിൽക്കുന്ന ആ സൂര്യകാന്തിപ്പൂവായി വാടാതെ നിൽക്കട്ടെ! ■

പീറ്ററിന്റെ സ്നേഹോർമ്മയിൽ

ജീവിതത്തിലുടനീളം ധാരാളം സുഹൃത്ത് ബന്ധങ്ങളുണ്ടാകുമെങ്കിലും ചില ബന്ധങ്ങൾ മാത്രമാണ് മനസ്സിൽ ആഴത്തിൽ പതിയുക. ഞാനും പീറ്ററും തമ്മിൽ കേവലം ഒരു കൂടിക്കാഴ്ചയുടെ പരിചയമാണെങ്കിലും അതൊരു ആയുസ്സിന്റെ ബന്ധമായിരുന്നു. വിരഹദുഃഖവും വേർപാടുകളും ഇല്ലാതെയുള്ള ജീവിതമുണ്ടായിരുന്നെങ്കിൽ എന്നൊരു ആശ ഇത്തരം അവസരങ്ങളിൽ തോന്നുക സ്വാഭാവികം.

2019 ജനുവരി ഒന്നാം തിയ്യതിയാണ് സകുടുംബം ഓസ്ട്രേലിയയിലേക്കു ഇരുപതു ദിവസത്തെ ഹ്രസ്വസന്ദർശനത്തിനായി പോകുന്നത്.

മൂന്ന് പതിറ്റാണ്ടു കാലമായി യുഎഇയിൽ താമസിക്കുന്ന എനിക്ക് ഏതൊരു ചെറിയ യാത്രയും വളരെ ഉത്സാഹവും ജിജ്ഞാസയും നിറഞ്ഞതാണ്. ഈ അവസരത്തിലാണ് ഇതുവരെ സന്ദർശിക്കാൻ കഴിയാത്ത ആസ്ട്രേലിയ എന്ന രാജ്യം സന്ദർശിക്കാനുള്ള അവസരം, അതിലുപരി ഒരു വൻകര കാണാൻ പോകുന്നത്. തീർച്ചയായും ആകാംക്ഷയുടെ പാരമ്യത്തിലായിരുന്നു യാത്രയോടടുക്കുന്ന ദിനങ്ങൾ.

പതിനഞ്ച് മണിക്കൂർ ദൈർഘ്യമുള്ള വിമാനയാത്രയ്ക്കുശേഷം മെൽബൺ എയർപോർട്ടിൽ നിന്നു പുറത്തുവരുന്ന ഞങ്ങളെയും കാത്ത് ഭാര്യാസഹോദരി ജിജിച്ചേച്ചിയും ഭർത്താവ് ജോസേട്ടനും നിൽപ്പുണ്ടായിരുന്നു. വീട്ടിലേക്കുള്ള യാത്രാമദ്ധ്യേ അടുത്ത ഇരുപതു ദിവസം എങ്ങനെ ചെലവഴിക്കും എന്നുള്ളതിന്റെ പൂർണ്ണരൂപം ജോസേട്ടൻ പറഞ്ഞുതന്നു. കൂട്ടത്തിൽ ഞങ്ങൾ തിരിച്ചുപോകുന്നതുവരെ അവർ രണ്ടുപേരും ലീവിലാണെന്നും.

ഏകദേശം ഒരു മണിക്കൂർ കാർയാത്രയ്ക്കുശേഷം അവരുടെ താമസസ്ഥലത്തെത്തിയപ്പോൾ കാർപോർച്ചിലെ camper-van കണ്ട്

സന്തോഷം തോന്നി. എട്ട് പേർക്ക് ഒരുമിച്ചു യാത്ര ചെയ്യാൻ സൗകര്യമുള്ള ഈ വാനിൽ, എല്ലാ സൗകര്യങ്ങളും ഉണ്ടായിരുന്നു. പാചകവും ശുചിമുറിയുടെ ഉപയോഗവും വാഹനം നിർത്താതെ യാത്രയിൽ തന്നെയാകാം എന്നതും 6000ത്തിലേറെ കി.മീ യാത്ര ചെയ്യേണ്ടി വരുന്ന പുതിയ യാത്രയുടെ ത്രിൽ വർദ്ധിപ്പിച്ചു. കാമ്പർ വാനിൽ ഒരിക്കൽപോലും യാത്ര ചെയ്യാത്തതുകൊണ്ട് വളരെ കൗതുകത്തോടെ എല്ലാം വീക്ഷിച്ചതിനുശേഷം യാത്രയുടെ പൂർണ്ണരൂപം മനസ്സിലാക്കി.

മെൽബണിൽ നിന്നു 900 km അകലെയുള്ള സിഡ്നി നഗരം പിന്നീട് കാൻബറ, വോല്ലോങ്ഗോങ്, ബീച്ച് വർത്, ഗ്രേറ്റ് ഓഷ്യൻ ഡ്രൈവ്, ആൾബറി, വാഗ്ഗ വഗ്ഗ, വിക്ടോറിയ കൂടി പത്തൊമ്പതു ദിവസത്തിനു ശേഷം തിരിച്ച് മെൽബണിൽ എത്തുക എന്നതാണ് അടുത്ത ദിവസങ്ങളിലെ യാത്രാക്രമീകരണം. യാത്രാമദ്ധ്യേ പല സ്ഥലങ്ങളും ചരിത്രപ്രാധാന്യം പരിശോധിച്ചു സന്ദർശിക്കാമെന്ന ധാരണയിൽ ഒരുക്കങ്ങൾ പൂർത്തിയാക്കി.

വർഷങ്ങൾക്ക് മുന്നേ LP സ്കൂളിൽ പഠിക്കുന്ന കാലത്താണ് മനസ്സിൽ മൃഗസ്നേഹം വളർന്ന് വീട്ടിൽ മുയലിനെയും പട്ടിയെയും പ്രാവിനെയും വളർത്തിയത്. മൃഗസ്നേഹം വളർന്ന് ഒരു കുതിരക്കുട്ടിയെയുംകൂടി വീട്ടിൽ വളർത്തണമെന്നുണ്ടായിരുന്നു. വീട്ടുകാരുടെ തികഞ്ഞ നിസ്സഹകരണത്തോടെ ആ മോഹം പാതിവഴിയിൽ ഉപേക്ഷിക്കേണ്ടിവന്നു.

കാമ്പർ വാൻ

വർഷങ്ങൾക്കുശേഷം അറബിനാട്ടിൽ വന്നപ്പോൾ ആ മൃഗസ്നേഹം വീണ്ടും തലപൊക്കി. ഒരു ഒട്ടകക്കുട്ടിയെ വളർത്തണമെന്നാണ് ആഗ്രഹമെങ്കിലും സാഹചര്യങ്ങൾ പ്രതികൂലമായിരുന്നു. ദുബായിലെ ജോലിയും ജോലിസുഖവും അനുഭവിച്ചു തുടങ്ങിയപ്പോൾ തഴച്ചുവളരാൻ തുടങ്ങിയ മൃഗസ്നേഹത്തിന്റെ തായ്‌വേര് അറുക്കേണ്ടിവന്നു.

ആസ്ട്രേലിയൻ യാത്രയിൽ കങ്കാരുകളെ കാണണമെന്നും അവയുടെ കൂടെ ധാരാളം സമയം ചിലവഴിക്കണമെന്നുമുള്ള പഴയ ആ മോഹം ദിനം പ്രതി വളർന്നുകൊണ്ടേയിരുന്നു.

മെൽബൺ എയർപോർട്ടിൽ നിന്ന് വീട്ടിലേക്കുള്ള യാത്രയിലുടനീളം കങ്കാരുവിനെക്കാണാനുള്ള വ്യഗ്രതയിൽ പുറത്തേക്കുള്ള എന്റെ നോട്ടം മനസ്സിലാക്കി ജോസേട്ടൻ പറഞ്ഞു, "കങ്കാരുക്കൾ ഈ നഗരപ്രദേശങ്ങളിലല്ല, കാടുകളിലും ജനസഞ്ചാരം ഇല്ലാത്ത സ്ഥലങ്ങളിലും മാത്രമാണുള്ളത്. അവയിൽ പലതും അപകടകാരികളുമാണ്."

പിറ്റേ ദിവസം വെളുപ്പിന് അഞ്ച് മണിക്ക് സിഡ്നിയെ ലക്ഷ്യമാക്കി കാംമ്പർ വാനിൽ യാത്ര തുടങ്ങി. നാലു മണിക്കൂർ പിന്നിട്ട്, വഴിയോരത്ത് കാടിനോട് ചേർന്നുള്ള, വിജനവും വിശാലവുമായ റസ്റ്റ് ഹൗസ് കണ്ടു. യാത്രക്കാർക്ക് വേണ്ട എല്ലാ സൗകര്യങ്ങളുമുള്ള ആ സ്ഥലത്ത് നിർത്തി, പ്രാതലിനുള്ള തയ്യാറെടുപ്പ് തുടങ്ങി. പെട്ടെന്നാണ് ഞങ്ങൾക്ക് ചുറ്റുമായി പറക്കുന്ന അനേകം പഞ്ചവർണ്ണ തത്തകളെ കണ്ടത്. തത്തകൾ ഉയർന്ന ശബ്ദത്തിൽ അടുത്തുള്ള മരത്തിൽ ഇരുന്നും പറന്നും ഞങ്ങളുടെ ശ്രദ്ധ ആകർഷിച്ചു. അടുത്തുള്ള കുളത്തിന്റെ വശത്തേക്ക് നീളുന്ന ഒറ്റയടി നടപ്പാതയും അതിനോട് ചേർന്നുള്ള ബോർഡിൽ 'വന്യജീവികളെ ഉപദ്രവിക്കരുത്, ഈയിടം ക്യാമറക്കണ്ണുകളുടെ നിരീക്ഷണ'ത്തിലാണെന്നും എഴുതിയത് വായിച്ചു. കുളം കാണാനായി ചെന്നപ്പോഴാണ് കുളക്കരയുടെ അടുത്തുള്ള ചെടികൾക്കിടയിൽ നിന്ന് സ്വയം എഴുന്നേൽക്കാൻ കഴിയാതെ വേദനയോടു കൂടിയ ശബ്ദമുണ്ടാക്കുന്ന ഒരു ജീവിയെ കണ്ടത്.

കണ്ട ജീവി വല്ലാബി എന്ന ഇനത്തിൽ പെട്ട കങ്കാരു ആണെന്ന് കൂടെയുള്ള ജിജിച്ചേച്ചി പറഞ്ഞു. ഒരു മൃഗഡോക്ടറായ ജിജിച്ചേച്ചി ഉടൻ wild animal റെസ്ക്യൂ വിഭാഗത്തിലേക്ക് ഫോൺ വിളിക്കുകയും അവരുടെ ആവശ്യപ്രകാരം പിന്നീട് അവർ വരുന്നതുവരെ ഞങ്ങൾക്ക് അവിടെ തുടരേണ്ടതായും വന്നു. വന്യമൃഗ സംരക്ഷണ വകുപ്പിന്റെ ആംബുലൻസുമായി വന്ന അവരോടു ഈ വാലാബി റൂ (ആസ്ട്രേലിയയിൽ കങ്കാരുവിനെ പൊതുവെ റൂ എന്നാണ്

സംബോധന ചെയ്യുന്നത്) ഗർഭിണിയാണെന്നും കാലിനോ നട്ടെല്ലിനോ ക്ഷതമുണ്ടെന്നും പറഞ്ഞു. ഈ റോഡിന്റെ എതിർവശത്തുള്ള കാട്ടിൽ നിന്നും വന്യജീവികൾ വെള്ളം കുടിക്കാനായി ഈ കുളത്തിലേക്ക് വരാറുണ്ടെന്നും ഇത്തരം വാഹനാപകടങ്ങളിൽ പലപ്പോഴും വംശനാശം വരുന്ന വിഭാഗങ്ങളിൽ പെടുന്ന പല ജീവികൾക്കും ജീവഹാനി പോലും സംഭവിക്കാറുണ്ടെന്നും അവരിൽ പറഞ്ഞറിഞ്ഞു. Graham pet hospital എന്ന മൃഗാശുപത്രി ശൃംഖലയിൽ ജോലിചെയ്യുന്ന ഡോക്ടറാണെന്നു പരിചയപ്പെടുത്തിയ ജിജിച്ചേച്ചിയോട്, അവർ നന്ദി പറയുക മാത്രമല്ല, ഡോക്ടർ രജിസ്ട്രേഷൻ നമ്പർ കൂടി വാങ്ങിച്ചു. വന്യമൃഗ സംരക്ഷണ വകുപ്പിന്റെ നന്ദിക്കത്ത് താമസിയാതെ വരുമെന്ന് മന്ദഹാസത്തോടെ പറഞ്ഞ്, അവർ വാലാബിയെ തുടർചികിത്സയ്ക്കായി കൊണ്ടുപോയി. രണ്ടുമൂന്ന് മണിക്കൂർ ഇതിനായി ചിലവഴിച്ചെങ്കിലും ഒന്നല്ല രണ്ട് ജീവനെ രക്ഷിക്കുന്നതിന്റെ ഭാഗഭാക്കായതിനാൽ വലിയൊരു സന്തോഷം തോന്നി. ഭാവനയിലെ കങ്കാരുവും വലാബിയും ആകാരത്തിൽ സാരമായ അന്തരമുണ്ടായിരുന്നതുകൊണ്ടായിരിക്കാം, കങ്കാരുക്കളെ കാണാനുള്ള എന്റെ മോഹത്തിന്റെ തീവ്രത കുറഞ്ഞു.

വീണ്ടും യാത്ര തുടർന്നു. യാത്രയിലുടനീളം ആസ്ട്രേലിയയിൽ കാണുന്നത് യൂക്കാലി മരങ്ങളാണ്. പല വിഭാഗത്തിൽ പെട്ട യൂക്കാലി മരങ്ങളും അക്കേഷ്യ മരങ്ങളും. നൂറ്റാണ്ടുകൾ പഴക്കമുള്ള ഈ മരങ്ങളിൽ പലതും മഴക്കാടുകളിൽ കാണുന്ന അംബരചുംബികളായ മരങ്ങളെ ഓർമ്മിപ്പിക്കുന്നവയാണ്. കണ്ണെത്താദൂരത്തിൽ പരന്നുകിടക്കുന്ന കന്നുകാലിമേച്ചിൽപ്പുറങ്ങളും വലിയ ഉണക്കപ്പുൽ കെട്ടുകളും മേച്ചിൽപ്പുറങ്ങളിൽ യഥേഷ്ടം കാണാം.

സിഡ്നിയിലെ ആദ്യ ദിവസത്തെ അത്താഴവിരുന്ന് സാജന്റെ വീട്ടിലാണ്. സ്കൂളിലും കോളേജിലും യുഎഇയിലും ഏറെക്കാലം ഒപ്പമുണ്ടായിരുന്ന സാജൻ ആറു വർഷം മുന്നേയാണ് സിഡ്നിയിലേക്ക് കുടുംബസമേതം താമസം മാറ്റിയത്. നാല്പതു വർഷത്തെ ഗതകാല സ്മരണകൾ ഒരിക്കൽ കൂടി പൊടിതട്ടിയെടുത്തു. സതീർത്ഥ്യന് തയ്യാറാക്കിയ ദമ്മിട്ട ബിരിയാണിയും ആസ്ട്രേലിയൻ ഷിരാസ് വൈനും കഴിച്ച് രാത്രി വൈകിയാണ് യാത്ര പറഞ്ഞിറങ്ങിയത്.

പിറ്റേ ദിവസം സിഡ്നി ഹാർബറും ഒപേറാ ഹൗസും ഒളിമ്പിക് പാർക്കും മറ്റു പ്രാന്തപ്രദേശങ്ങളും കണ്ടു യാത്ര തുടർന്നു. സന്ദർശന മാപ്പുകളിൽ സ്ഥലം പിടിക്കാത്ത അനവധി ചെറുപട്ടണങ്ങളും

ദിംബൂലയിലെ പിങ്ക് തടാകം

ഗ്രാമങ്ങളും അതീവ മനോഹരമാണ്. ലോകത്തിലെ മറ്റു പല നഗരങ്ങളെപ്പോലെ ഈ നഗരത്തിലെ ജനങ്ങളും ദീർഘദൂരം നടക്കാനും നടന്നുകൊണ്ട് ടൂറുകൾ ചെയ്യാനും ധാരാളം സമയം കണ്ടെത്തുന്നു.

ബല്ലാരറ്റിലെ സ്വർണഖനി സന്ദർശനം കഴിഞ്ഞു ഖനിയോട് ചേർന്നുള്ള മ്യൂസിയത്തിൽ എത്തിയപ്പോഴാണ്, ബ്രിട്ടീഷ് സാമ്രാജ്യം ഓസ്ട്രേലിയയിൽ നിന്ന് കടത്തിക്കൊണ്ടുപോയ സ്വർണ്ണത്തിന്റെ ഭീമാകാരമായ അളവ് അറിഞ്ഞത്. ആസ്ട്രേലിയൻ gold rush എന്നറിയപ്പെടുന്ന ഈ സ്വർണഖനനത്തെപ്പറ്റി പറയുമ്പോൾ, ആസ്ട്രേലിയൻ ഗൈഡിന്റെ മുഖഭാവം മാറുന്നത് കണ്ട് പുറത്തിറങ്ങി.

സിഡ്നിയിലെ ബോണ്ടി ബീച്ചിലെ കാറ്റുകൊണ്ടുള്ള അലക്ഷ്യമായ നടത്തം പൂർണ്ണനഗ്നരായ ജനങ്ങളുടെ വെയിൽ കാച്ചിൽ കാരണം പാതിവഴിയിൽ ഉപേക്ഷിച്ച് തിരിഞ്ഞു നടക്കേണ്ടി വന്നു.

240 കി.മീ നീണ്ടു കിടക്കുന്ന ഗ്രേറ്റ് ഓഷ്യൻ ഡ്രൈവ് തികച്ചും മനം കവരുന്നതാണ്. ഒരു ഭാഗത്ത് താഴെ നീലക്കടലും മറുഭാഗത്ത് വളരെ ഉയരത്തിൽ കടലിനോടു ചേർന്നുകിടക്കുന്ന മലകളുമുള്ള ഈ ഭൂപ്രദേശം മനോഹരങ്ങളായ ക്ലിഫുകളാൽ നയനാനന്ദപ്രദമാണ്. പന്ത്രണ്ടു ശിഷ്യന്മാർ എന്ന പേരിൽ അറിയപ്പെടുന്ന പന്ത്രണ്ടു ഒറ്റക്കൽപ്പാറകൾ കടലിൽ വേറിട്ട് നിൽക്കുന്നതും ഒരപൂർവ്വകാഴ്ചയാണ്.

അടുത്ത യാത്ര ദിംബൂല എന്ന സ്ഥലത്തുള്ള പിങ്ക് തടാകത്തിലേക്കാണ്. ഉപ്പിന്റെ അളവും ഊഷ്മാവും ഇവിടെയുള്ള പ്രത്യേക ബാക്ടീരിയകളാലും വെള്ളത്തിന്റെ നിറം പിങ്ക് ആയിരിക്കുന്നു. ഇത്തരം മനോഹരമായ, പിങ്ക് നിറത്തിലുള്ള തടാകങ്ങൾ നീണ്ട ഈ യാത്രയിൽ ചില സ്ഥലങ്ങളിൽ കണ്ടു.

അടുത്ത യാത്രലോകത്തിലെ തന്നെ അപൂർവങ്ങളിൽ അപൂർവമായ ഫിലിപ്പ് ദ്വീപിലെ പെൻഗ്വിൻ ആവാസ കേന്ദ്രത്തിലെ കാഴ്ചകളിലേക്കാണ്. ആയിരക്കണക്കിന് പെൻഗ്വിനുകൾ രാത്രി എട്ട് മണിക്ക് തന്റെ കുഞ്ഞുങ്ങൾക്ക് തീറ്റ കൊടുക്കാൻ കടൽതീരത്തേക്ക് വരുന്നത് കണ്ടു. കാണികളായ സന്ദർശകർ, ഇരുട്ടിൽ സ്റ്റേഡിയത്തിൽ ഇരുന്ന് പെൻഗ്വിനുകൾ കടലിൽ നിന്ന് തീരത്തേക്കുവന്ന് സ്വന്തം കുഞ്ഞുങ്ങളെ തിരിച്ചറിഞ്ഞു അവയ്ക്ക് മാത്രമായി തീറ്റ കൊടുക്കുന്ന രീതി ഒരു അപൂർവകാഴ്ചയാണ്.

കങ്കാരുവിനെ കാണാനുള്ള എന്റെ അടങ്ങാത്ത മോഹം ഇനിയും ബാക്കിയായതുകൊണ്ടായിരിക്കാം ജോസേട്ടന്റെ ശ്രമം കൊണ്ട് അടുത്ത ദിവസം ഡങ്കൻ എന്ന സ്ഥലത്തുള്ള കങ്കാരുദ്വീപിലേക്കാണ് പോയത്. ഇവിടെയുള്ള ബൃഹത്തായ പാർക്കിൽ എല്ലായിനം റൂകളുമുണ്ട്, വലിയ ചുവന്ന കങ്കാരു മുതൽ കുള്ളൻ വാലാബി വരെ.

ഫിലിപ്പ് ദ്വീപിലെ പെൻഗ്വിനുകൾ

ഡങ്കൻ ദ്വീപിലെത്തിയ ഞങ്ങളെ എതിരേൽക്കാൻ റൂകൾ മാത്ര മല്ല, എമുകളും ഒട്ടകപ്പക്ഷികളും വനാന്തരങ്ങളിൽ അപകടത്തിൽ പെട്ട് സുഖം പ്രാപിച്ചു വരുന്ന നിരവധി മറ്റു മൃഗങ്ങളേയും കണ്ടു. പാർക്കിലെ സന്ദർശകർക്ക് തീറ്റ വാങ്ങി ഇഷ്ടമുള്ള മൃഗങ്ങൾക്കു കൊടുക്കാനുള്ള സംവിധാനമുണ്ടിവിടെ. തീറ്റ വാങ്ങി ഞാൻ റൂകളെ ലക്ഷ്യമാക്കി നീങ്ങി, സന്ദർശകരെ കണ്ട്, ഇണങ്ങിയ റൂകൾ തീറ്റ യ്ക്കായി ചുറ്റിലും കൂടി.

ഡങ്കൻ ദ്വീപിലെ റൂകൾ

ഈ സമയത്താണ് പെട്ടെന്ന് മരങ്ങൾക്കിടയിൽ നിന്ന് ചുവന്ന നിറത്തിലുള്ള ജാക്ക് എന്ന് വിളിപ്പേരുള്ള അപകടകാരിയായ വലിയൊരു കങ്കാരു ചാടി വന്നത്. ഗൈഡ് പറഞ്ഞതനുസരിച്ചു കൂടെയുള്ള എല്ലാ സന്ദർശകരും ജാക്കിനെ കണ്ട മാത്രയിൽ വളരെ ദൂരേക്ക് മാറി.

ജാക്കിന്റെ വരവ് കണ്ടായിരിക്കും മറ്റെല്ലാ കങ്കാരുക്കളും അകലേക്ക് ഓടിപ്പോയി. വലിയ ഈ റൂ അപകടകാരിയാണെങ്കിലും അവയോടുള്ള ഇഷ്ടമാണോ അതോ പെട്ടെന്നുള്ള അന്ധാളിപ്പാണോ എന്നറിയില്ല, ഞാൻ നിശ്ചലനായി അവിടെത്തന്നെ നിന്നുപോയി. ഞൊടിയിടയിൽ അടുത്തെത്തിയ ജാക്കിന് കയ്യിലുള്ള തീറ്റ നീട്ടിക്കാണിച്ചു. ധൈര്യം സംഭരിച്ചുനിന്ന എനിക്ക് കൂടുതൽ തീറ്റയുമായി മക്കൾ അന്നയും അലീനയും സമീപത്ത് വന്നുനിന്നു. ശാന്തനായി തീറ്റ കഴിച്ചു എന്നോട് ഓരം ചാരി നിൽക്കുന്ന ജാക്കിനെ കണ്ടപ്പോൾ സന്ദർശകർക്ക് മാത്രമല്ല, ഇവയെ പരിപാലിക്കുന്ന ജോലിക്കാർക്കും വലിയ ആശ്ചര്യം തോന്നി. ഏറെനേരം ഞാനൊരു ഹീറോയുടെ പരിവേഷത്തിൽ അവിടെ നിന്നു. വംശനാശം വന്നുകൊണ്ടിരിക്കുന്ന വർഗ്ഗത്തിൽ പെട്ട റൂകളിലൊന്നാണ് ജാക്ക്. ആറു വർഷം മുൻപ് ഒരു അപകടത്തിൽപെട്ട് ശുശ്രൂഷയുടെ ഭാഗമായാണ് ജാക്ക് ഇവിടെ എത്തിയത്. വലതുകാലിലെ രണ്ടു വിരലുകൾ അപകടത്തിൽ നഷ്ടപ്പെട്ടതിനാൽ ദീർഘദൂരം ഓടാൻ ജാക്കിന് സാധിക്കില്ല.

ധാരാളം തീറ്റ വാങ്ങി കൊടുത്തശേഷം പോകാൻ ഭാവിക്കുമ്പോൾ, ചെറിയ കൈകൊണ്ട് എന്നെ തടഞ്ഞു നിർത്തുന്ന ജാക്ക് ശരിക്കും മനസ്സിനെയാണ് കീഴടക്കിയത്. പാർക്കിൽ ദൂരെ നിന്ന് എല്ലാവരും എന്നെ നോക്കുന്നത് കാണാമായിരുന്നു. ഗൈഡിന്റെ നിർദ്ദേശപ്രകാരം ഞാൻ സാവധാനം നടന്നകന്നു. മൂകമായ ഭാഷയിൽ ഞങ്ങൾ പരസ്പരം വിട ചൊല്ലി, വീണ്ടും കാണാമെന്നുള്ള വിശ്വാസത്തിൽ.

അവിടെയുള്ള ജീവനക്കാരോട് സംസാരിച്ചപ്പോഴാണ് ഈ രീതിയിൽ ജാക്ക് പെരുമാറുന്നത് ആദ്യമായാണെന്ന് മനസ്സിലായത്.

മനസ്സ് നിറഞ്ഞു. ആത്മാർത്ഥസ്നേഹം അറിയുന്നുണ്ടോ പ്രതിബന്ധം?

കാൻബറയിലെ പാർലമെന്റ് മന്ദിരവും സിഡ്നിയിലെ നീല മലനിരകളും 'മൂന്നു സഹോദരികൾ' എന്ന പേരിലറിയപ്പെടുന്ന വേറിട്ട പാറകളും മോർണിങ്ങ്ടൺ ബീച്ചിലെ ഡോൾഫിൻ സന്ദർശനവും കഴിഞ്ഞതോടെ ഞങ്ങളുടെ യാത്ര ഇതിനകം പതിനേഴ് ദിവസം പിന്നിട്ടിരുന്നു.

അടുത്ത ദിവസം ഉച്ചകഴിഞ്ഞു glow worm എന്ന ഒരു പ്രതിഭാസം കാണാനായി കാട്ടിലൂടെ അരമണിക്കൂർ യാത്ര ചെയ്ത് ഒരു ഗുഹാ മുഖത്തെത്തി. അനേക വർഷങ്ങൾക്ക് മുൻപ് ഉപേക്ഷിച്ച, തുരങ്കമുള്ള തീവണ്ടിപ്പാതയുടെ പാർശ്വങ്ങളിലും മുകളിലുമായാണ് ഈ കുഞ്ഞൻ പ്പുഴുക്കളുടെ വാസം. തലയിൽ സദാ പ്രകാശം സ്ഫുരിക്കുന്ന, രാസ വസ്തുവുള്ള അനേകായിരം വരുന്ന ഇത്തരം പുഴുക്കളുടെ കാഴ്ച ആകാശത്തിലെ കോടാനുകോടി നക്ഷത്രങ്ങളെയാണ് ഓർമ്മിപ്പി ക്കുന്നത്. ഈർപ്പവും ഇരുട്ടും നിറഞ്ഞ തുരങ്കത്തിൽ നിന്ന് അവ സാന ബാച്ച് സന്ദർശകരായി ഞങ്ങൾ പുറത്തേക്ക് വന്നു.

ഇരുട്ട് വീണു തുടങ്ങിയ കാടിനുള്ളിൽ ശക്തമായ കാറ്റും കാറ്റി ലൂടെ വരുന്ന കരിഞ്ഞ ഗന്ധവും എല്ലാവരും ആശ്ചര്യത്തോടെയാണ് ശ്രദ്ധിച്ചത്. ഒരു സെക്യൂരിറ്റി ഓഫീസർ വന്ന് ഉടനെ അവിടെ നിന്ന് പോകാൻ ആവശ്യപ്പെട്ടു. ഏതാണ്ട് 20 കി.മീ അകലെ കാട്ടുതീ പട രുന്നുണ്ട്. ആയതുകൊണ്ട് ഉടൻ ഈ സ്ഥലത്തു നിന്ന് ദൂരേക്ക്

കാട്ടുതീയിൽനിന്ന് ഓടി രക്ഷപ്പെടുന്ന കങ്കാരു

പോകാൻ ആവശ്യപ്പെട്ടു. അന്തരീക്ഷത്തിൽ കറുത്ത പൊടികൾ പടരാൻ തുടങ്ങി. ഓഫീസർ പറഞ്ഞ ദിശയിൽ കാണുന്ന മലകൾക്കപ്പുറം ചുവന്ന വെളിച്ചവും കറുത്ത പുകയും ആകാശത്തിലേക്ക് ഉയരുന്നത് കാണാം.

ഭീതി നിറഞ്ഞ ഈ അവസരത്തിൽ കാമ്പെർ വാൻ ഞാൻ ഓടിക്കാൻ തയ്യാറാവുകയും യാത്ര തുടങ്ങുകയും ചെയ്തു.

GPS ലൊക്കേഷൻ ആപ്പ് പണി മുടക്കിയതുകൊണ്ടും ഫോൺ സിഗ്നൽ നിശ്ശേഷം ഇല്ലാത്തതുകൊണ്ടും ഞങ്ങളുടെ വ്യാകുലതയും നിരാശയും പതിന്മടങ്ങ് വർദ്ധിച്ചു. വഴിവക്കിലെ ചൂണ്ടുപലകകൾ നോക്കിയായിരുന്നു യാത്ര തുടങ്ങിയതെങ്കിലും പിന്നീട് വഴി അറിയാതെ വിജനമായ ഒറ്റവരി കാട്ടുപാതയിലൂടെ ലക്ഷ്യമറിയാതെയുള്ള ഓട്ടമായിരുന്നു. ഏറെ ദൂരം യാത്ര ചെയ്തെങ്കിലും കാട്ടിൽ നിന്നു പുറത്തേക്കു കടക്കാനുള്ള വഴി കണ്ടുപിടിക്കാൻ സാധിച്ചില്ല. കാമ്പെർവാനിലെ ഇന്ധനത്തിന്റെ അളവ് കുറഞ്ഞതിനാൽ, ആരോടും അഭിപ്രായം ചോദിക്കാതെ വാൻ നിർത്താൻ നിർബന്ധിതനായി. ഉല്ലാസയാത്രയുടെ താളങ്ങൾ നിലച്ചു. കാട്ടുതീയുടെ ചുവന്ന വെളിച്ചവും ചുടുകാറ്റും അടുത്തുവരുന്ന തിരിച്ചറിവും ഞങ്ങളെ പരിഭ്രാന്തരാക്കി.

ഓരോ നിമിഷങ്ങൾക്കും ഇത്രയും ദൈർഘ്യം എങ്ങനെയെന്നു പോലും ചിന്തിക്കാൻ തുടങ്ങി. സമയം രാത്രി ഒമ്പതു മണിയായി. ഇനിയെന്ത് എന്നുള്ള ചിന്താഭാരം എല്ലാവരെയും കുഴക്കുന്നു. അതിനിടെ ദൂരെനിന്നു ഞങ്ങൾക്ക് നേരെ വരുന്ന വെളിച്ചത്തിലായി എല്ലാവരുടെയും ശ്രദ്ധ. ഏതാനും നിമിഷങ്ങൾക്കകം ഒരു ഫോർ വീൽ ഡ്രൈവ് കാറും പിന്നിൽ ഘടിപ്പിച്ച വലിയ കണ്ടെയ്നറിൽ വംശനാശം വരുന്ന അപൂർവയിനം പക്ഷികളെയുമായി സ്റ്റീവ് എന്ന് പേരുള്ള പക്ഷി ശാസ്ത്രജ്ഞൻ വന്നെത്തി. കാട്ടുതീയിൽ നിന്നും വിലമതിക്കാനാകാത്ത പക്ഷികളെ അദ്ദേഹത്തിന്റെ ഫാമിൽനിന്നും രക്ഷിച്ച് കൊണ്ടുപോകുന്ന വഴിയിലാണ് സ്റ്റീവ്. ഈ മനുഷ്യൻ ഞങ്ങൾക്ക് മുന്നിൽ വന്ന മാലാഖയായി. സ്റ്റീവിന്റെ കാറിനെ പിന്തുടർന്ന് 30 മിനിറ്റ് ശരിയായ ദിശയിൽ യാത്ര ചെയ്ത് അടുത്തുള്ള പെട്രോൾ സ്റ്റേഷനിലെത്തി, സ്റ്റീവിനോട് നന്ദി പറഞ്ഞു. സമാധാനത്തിന്റെ സുഖമനുഭവിച്ച് ഞങ്ങൾ യാത്ര തുടർന്നു.

19 ദിവസത്തെ നിരന്തര യാത്രയ്ക്കുശേഷം ചെറിയൊരു ഷോപ്പിംഗ് നടത്തി. കുറെ നല്ല അനുഭവങ്ങളും കാഴ്ചകളും മനസ്സിൽ സംഭരിച്ച് ദുബായിലേക്ക് തിരിച്ചു പോകാനുള്ള തയ്യാറെടുപ്പിലെത്തി.

കമ്പിവേലികൾ മറികടക്കാനാകാതെ കാട്ടുതീയിലകപ്പെട്ട ജാക്ക്

ദുബായിയിലെത്തി മൂന്നാഴ്ചയ്ക്കു ശേഷം ഒരിക്കലും കേൾക്കാൻ ഇഷ്ടപ്പെടാത്ത ആ ദുഃഖവാർത്ത വന്നു. ആസ്ട്രേലിയൻ യാത്രയുടെ അവസാന നാളിൽ തുടങ്ങിയ കാട്ടുതീ ഏകദേശം മൂന്ന് ആഴ്ച നീണ്ടു നിന്നു എന്നും യൂക്കാലി മരങ്ങളും അതിൽ സദാ ഉറങ്ങുന്ന 1000ത്തിൽപരം കോലകളും അതിലുമധികം കങ്കാരുകളും ഇല്ലാതായി. കാട്ടുതീ പടർന്നു പടർന്നു എന്നോട് സ്നേഹവും അടുപ്പവും വാത്സല്യവും കാണിച്ച ജാക്ക് എന്ന് സന്ദർശകർ വിളിക്കുന്ന, റെക്കോർഡുകളിൽ പീറ്റർ എന്നും പേരുള്ള വലിയ ആ ചുവന്ന കങ്കാരു എന്നന്നേക്കുമായി യാത്ര പറഞ്ഞുവെന്നും.

കാട്ടുതീയിൽ നിന്ന് രക്ഷപ്പെടാൻ ഏറെ ദൂരം ഓടിയ ജാക്ക്, പാർക്കിന്റെ അതിർത്തിയായ കമ്പിവേലികൾ മറികടക്കാനാകാതെ അതിൽ പിടിച്ചുനിന്ന് എന്നേക്കുമായി വിട പറഞ്ഞു. വലതുകാലിൽ രണ്ടു വിരലുകളില്ലാതെ ചാരമായി നിൽക്കുന്ന ജാക്കിനെ അവർ തിരിച്ചറിഞ്ഞു. ആസ്ട്രേലിയൻ ദൃശ്യമാധ്യമങ്ങളിൽ കത്തിക്കരിഞ്ഞു നിൽക്കുന്ന ജാക്കിന്റെ ഫോട്ടോ കണ്ട് തീവ്രമായ മനോവേദനയോടെ ജാക്ക് എന്ന പീറ്ററിന് പ്രണാമമർപ്പിച്ചു. കേവലം ഒരു കൂടിക്കാഴ്ചമാത്രമാണെങ്കിലും ജാക്ക് ഈ ഭൂമുഖത്ത് ഇല്ല എന്നുള്ളത് എന്നിൽ വല്ലാത്ത നൊമ്പരമുണ്ടാക്കി.

പീറ്ററിന്റെ ജീവനുള്ള ഓർമ്മകൾ എന്നുമെന്നിൽ മായാതെ നിൽക്കട്ടെ.

■

എത്യോപ്യയിലെ ഇരട്ടകളും ഇരുട്ടറയും

ഒന്ന്

ആഫ്രിക്കയിലെ പല രാജ്യങ്ങളിലായി 1998 മുതൽ നിരവധി യാത്രകൾ ഇതിനകം നടത്തിയിട്ടുണ്ടെങ്കിലും രണ്ട് മാസങ്ങൾക്ക് മുൻപ് (August 2022) യാത്രയിലുണ്ടായ അനുഭവങ്ങൾ തികച്ചും സമാനതകളില്ലാത്തതായിരുന്നു.

കൊറോണയുടെ ആഗമനത്തിന് മുന്നേ, 2019 ഡിസംബർ മാസത്തിലായിരുന്നു അഡിസ് അബാബ എന്ന എത്യോപ്യയുടെ തലസ്ഥാന നഗരിയിൽ ഈ യാത്രയ്ക്ക് മുന്നേ പോയത്. എല്ലാ യാത്രകളും എന്റെ ജോലിയുടെ ഭാഗമായതുകൊണ്ട് നാളിതുവരെ ചരിത്ര പ്രാധാന്യമുള്ള പല സ്ഥലങ്ങളും കാണാനുള്ള അവസരം ലഭിച്ചിരുന്നില്ല. പതിവിനു വിപരീതമായി ഈ യാത്രയിൽ ഒരാഴ്ചക്കാലം ക്രമീകരിച്ചത് എത്യോപ്യയിലെ ഗതകാല സ്മരണകളിലേക്കുള്ള ഒരെത്തിനോട്ടത്തിനായിരുന്നു.

തലസ്ഥാന നഗരമായ അഡിസ് അബാബയും ചരിത്ര പ്രാധാന്യമുള്ള ടിഗ്രെയ്, ഹവാസ, ബാഹിർ ടാർ എന്നീ നഗരങ്ങളും ഇറ്റാലിയൻ സാമ്രാജ്യത്തെ ചെറുത്തുതോൽപ്പിച്ച അഡ്വ എന്ന സ്ഥലത്തെ സ്മാരകങ്ങളും കാണാനായിരുന്നു അടുത്ത ഒരാഴ്ചയുടെ യാത്ര.

മാനവരാശിയുടെ ഈറ്റില്ലമായി അറിയപ്പെടുന്ന എത്യോപ്യയുടെ ചരിത്രത്തിലേക്കും വിവിധ ഗോത്രങ്ങളുടെ ജീവിതരീതികളും അറിയാനുള്ള ഒരു ത്വരയായിരുന്നു ഈ യാത്രയിലേക്ക് എന്നെ നയിച്ചത്.

ചരിത്രഗവേഷകർ ശാസ്ത്രീയമായി അപഗ്രഥിച്ച മനുഷ്യകുലത്തിന്റെ ആദ്യ മുത്തശ്ശിയെ കാണാനായി അഡിസ് അബാബയിലെ

എത്യോപ്യയിലെ നാഷണൽ മ്യൂസിയത്തിനു മുൻപിൽ

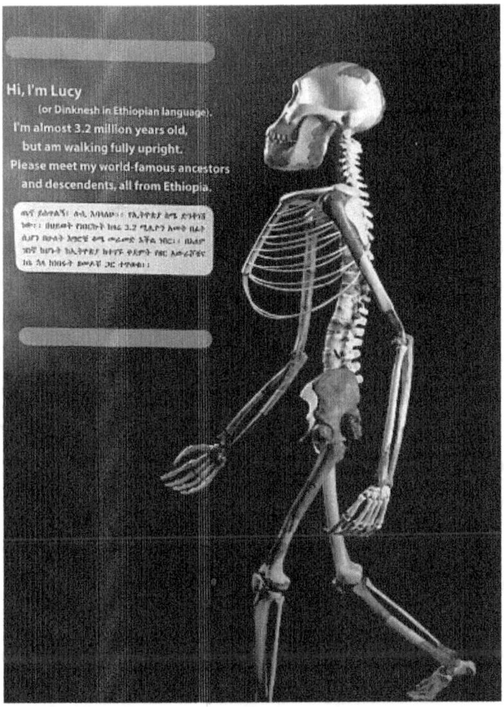

'ലൂസി' - മനുഷ്യകുലത്തിന്റെ മുത്തശ്ശി

നാഷണൽ മ്യൂസിയത്തിലെത്തി. വളരെ കൗതുകത്തോടെ മാനവരാശിയുടെ പ്രഥമനായി അറിയപ്പെടുന്നതും 'ലൂസി' എന്നു ഗവേഷകർ പിന്നീട് നാമകരണം ചെയ്തതുമായ ആ സ്ത്രീരൂപത്തിന് മുന്നിൽ നമസ്കരിച്ചു നിന്നു.

ചരിത്രത്തിലെ ആദ്യ മനുഷ്യൻ എന്ന് അവകാശപ്പെടുന്ന, ഈ അസ്ഥികൂടത്തിന് 3.2 മില്ല്യൺ വർഷം പഴക്കമുണ്ടെന്നാണ് ഗവേഷകരുടെ കണ്ടെത്തൽ. 4.2 അടി ഉയരം മാത്രമെന്ന് പാലിയോ ആന്ത്രപൊളോജിസ്റ്റുകളാൽ കണക്കാക്കുന്ന ഫോസിലായി മാറിയ ഈ രൂപമാണ് മനുഷ്യകുലത്തിന്റെ മുത്തശ്ശി.

ആദിമ മനുഷ്യർ ഈ ഭൂമുഖത്തുനിന്നാണ് ലോകത്തിന്റെ പല പ്രദേശങ്ങളിലേക്കുമായി വ്യാപിച്ചതെന്നും ഇവിടെനിന്ന് ദശലക്ഷം നൂറ്റാണ്ടുകൾക്കു മുൻപ് കാർഷിക രീതി സ്വായത്തമാക്കിയ ഒരു വിഭാഗം ജനങ്ങൾ വൻകരകൾ കടന്ന് പല ഭൂപ്രദേശങ്ങളിലേക്കും ചേക്കേറിയെന്നും കൂട്ടത്തിൽ ഒരു വിഭാഗം ഇന്ത്യയിൽ എത്തിയതായും പല ചരിത്രപഠനത്തിലും രേഖപ്പെടുത്തിയിട്ടുണ്ട്.

അഡിസ് അബാബയിൽനിന്ന് 400 കി.മി അകലെയുള്ള ലാലിബേല എന്നറിയപ്പെടുന്ന ഒരു വിചിത്ര ദേവാലയ സമുച്ചയമായിരുന്നു മറ്റൊരു പ്രധാന സന്ദർശനം. ലാലി ബേല എന്ന രാജാവ് 800 വർഷങ്ങൾക്ക് മുന്നേ ചെങ്കൽപ്പാറ തുരന്ന് ഭൂമിക്കടിയിൽ യേശുദേവനോട് പ്രാർത്ഥിക്കാനായി നിർമിച്ച 11 ദേവാലയങ്ങൾ ഇവിടെ കാണാം. ഇവിടെ നിവസിക്കുന്ന അനേകം തദ്ദേശീയർ ഇപ്പോഴും

വിശ്വസിക്കുന്നത് ഈ ബൃഹത്തായ നിർമ്മാണപ്രവർത്തിയിൽ മാലാഖമാരും സഹായത്തിനായി ഉണ്ടായിരുന്നതായാണ്. തദ്ദേശീയ വിശ്വാസങ്ങളേയും അവരുടെ ഭക്തിയെയും തികഞ്ഞ ബഹുമാന ത്തോടെ കേട്ടറിയുകയും ഭക്തിയെ യുക്തികൊണ്ട് തുലനം ചെയ്യാതെ തികഞ്ഞ ആദരവോടെ സംഗ്രഹിക്കുന്നതുമാണ് എന്റെ രീതി.

മനോഹരമായ ഈ നിർമ്മിതി, ലാലി ബേല രാജാവ് ജറുസലേം ദേവാലയ സന്ദർശനത്തിനുശേഷം നിർമിച്ചതാണെന്നും അറിയുന്നു. പല നൂതനമായ നിർമ്മിതികളെപോലും വെല്ലുന്ന ഈ ദേവാലയ സമുച്ചയം നടന്നുകണ്ടു. വലിയ ചെങ്കൽപ്പാറകൾ 20,000ത്തിലേറെ ജോലിക്കാർ കാൽ നൂറ്റാണ്ടിലേറെ സമയമെടുത്ത് കൊത്തിയു ണ്ടാക്കിയ ഈ ഗോപുരങ്ങൾ കാണാൻ കഴിഞ്ഞതിൽ അതിയായ സന്തോഷം തോന്നി. ലാലി ബേല യാത്രയിൽ പരിചയപ്പെട്ട മെക്സിക്കൻ വംശജനും ചരിത്ര ഗവേഷകനുമായ പൗലോയിൽ നിന്നാണ് കൂടുതൽ വിശേഷങ്ങൾ അറിഞ്ഞത്.

യാത്ര പറഞ്ഞു പിരിയുന്നതിനു മുമ്പായി പൗലോയുടെ ക്ഷണ പ്രകാരം എത്യോപ്യയിലെ പ്രമാദമായ പാനീയങ്ങളിലൊന്നായ 'ടെല്ല' എന്ന് പേരുള്ള പഴങ്ങളിൽ നിന്നുണ്ടാക്കിയ വീര്യം കുറഞ്ഞ വൈൻ കുടിക്കാൻ ഞങ്ങൾ പള്ളിമേട കടന്നു നിരത്തിലൂടെ അല്പം നടന്നു.

ലാലി ബേല എന്ന രാജാവ് നിർമ്മിച്ച ദേവാലയം

'ടെല്ല' എന്ന പാനീയവുമായി ഗ്രന്ഥകർത്താവ്

വിശാലമായ റെസ്റ്റാറന്റിന്റെ കവാടം മുതൽ, നടവഴിയിൽ നീണ്ട തണ്ടുള്ള ടെഫ് ധാന്യത്തിന്റെ പുല്ല് അതിഥികളെ സ്വീകരിക്കാനായി വേണ്ടുവോളം നിരത്തിയിട്ടുണ്ട്. ഈ ഭക്ഷണശാലയിൽ പലരും കോലാടിന്റെ പച്ചമാംസം കഴിക്കുന്നത് ഞങ്ങൾ ഇരുവരും ആശ്ചര്യത്തോടെ കണ്ടു. ടെല്ല സൽക്കാരം കഴിഞ്ഞു വീണ്ടും കാണാമെന്ന പ്രത്യാശയിൽ പൗലോയോട് യാത്ര പറഞ്ഞു.

അഡിസ് അബാബയും ലാലി ബേലയും മറ്റു പല പ്രാന്തപ്രദേശങ്ങളും കണ്ട് കഴിഞ്ഞു. അടുത്ത യാത്ര 300 കി.മീ അകലെയുള്ള ബാഹിർ ടാർ എന്ന പട്ടണത്തിലേക്കായിരുന്നു.

വിദ്യയുടെ വിളനിലമായാണ് ബാഹിർ ടാർ അറിയപ്പെടുന്നത്. സർവകലാശാലകളും നിരവധി കോളേജുകളും ആസ്ഥാനമായുള്ള ഈ നഗരം ടിന നദിയുടെ ജലസമ്പത്തിനാൽ അനുഗൃഹീതമാണ്. ആഫ്രിക്കൻ ഭൂഖണ്ഡത്തിലെ 11 രാജ്യങ്ങളിലൂടെ 6,000 കി.മീലേറെ ദൈർഘ്യമുള്ള നൈൽ നദിയുടെ ഉത്ഭവം ഈ പ്രദേശത്തുനിന്നുമാണ്.

ആറാം നൂറ്റാണ്ടിൽ ടിന നദിയിലെ ഒരു ദ്വീപിൽ സ്ഥാപിതമായ അബ ഗരിമ എന്ന ആശ്രമം കാണാനായിരുന്നു അടുത്ത യാത്ര. ധാരാളം ജലജീവികളുള്ള ടിന നദിയിലൂടെയുള്ള ബോട്ട് യാത്രയിൽ ഹിപ്പൊകളും ടോൾഫിനുകളും മറ്റനേകം ഉപദ്രവകാരികളും അല്ലാത്തതുമായ ജീവികളെയും കാണാം. യാത്രയുടെ അന്ത്യത്തിൽ

പാപ്പിറസ് തണ്ടുകൾകൊണ്ട് കെട്ടിയുണ്ടാക്കിയ തോണി

യന്ത്രബോട്ടിൽ നിന്നിറങ്ങി പാപ്പിറസ് തണ്ടുകൾകൊണ്ട് കെട്ടിയുണ്ടാക്കിയ തോണിയിൽ കയറിയാണ് ദ്വീപിൽ എത്തിയത്.

ബൈബിളിന്റെ 900 വർഷം പഴക്കമുള്ള കൈഎഴുത്തു ഗ്രന്ഥങ്ങൾ ഇവിടെ കാണാൻ സാധിച്ചു. ആശ്രമത്തിന്റെ മധ്യഭാഗത്തായി എല്ലാ ദിവസങ്ങളിലും നീണ്ട മണിക്കൂറുകൾ ധ്യാനത്തിൽ ഇരിക്കുന്ന ആത്മീയ ആചാര്യന്മാരെയും കണ്ടു. എത്യോപ്യയുടെയും ലോകത്തിന്റെയും സമാധാനത്തിനായി പ്രാർത്ഥനയിൽ മുഴുകിയിയിരിക്കുകയാണിവർ.

നിരന്തരം യാത്രയിലായതുകൊണ്ട് കഴിഞ്ഞ ഒരാഴ്ചക്കാലം പോയതറിഞ്ഞില്ല. ജോലിയുടെ ഭാഗമായുള്ള ഇനിയുള്ള യാത്ര 200 കി.മീ അകലെയുള്ള മർക്കലൈ എന്ന പട്ടണത്തിലേക്കാണ്.

ഞാൻ ജോലി ചെയ്യുന്ന കമ്പനിയുടെ എത്യോപ്യയിലെ എല്ലാ ബിസിനസ് കാര്യങ്ങളും നോക്കി നടത്തുന്ന വ്യക്തിയാണ് ഡോക്ടർ യോനസ്. ഭാര്യയുടെ വിയോഗത്തിനുശേഷം അമേരിക്കയിലെ നാല്പതു വർഷത്തെ ജീവിതം മതിയാക്കി മൂന്ന് വർഷം മുന്നേയാണ്

ജന്മനാട്ടിലേക്ക് തിരിച്ചു വന്നത്. ഡോക്ടർ യോനസിനെ ആദ്യമായാണ് നേരിൽ കാണുന്നത്. നീണ്ടു മെലിഞ്ഞ ഡോ. യോനസിന്റെ ഉയരം 6'3 ആണ്. പ്രായം എഴുപത്തിയഞ്ച് കഴിഞ്ഞെങ്കിലും തികഞ്ഞ ആരോഗ്യവാനും സദാ കർമ്മനിരതനുമാണ്. പുഞ്ചിരിച്ച് പതുക്കെ സംസാരിക്കുന്ന ഡോക്ടർ യോനസിനെ പെട്ടെന്ന് ആർക്കും ഇഷ്ടപ്പെടും.

ജോലിസംബന്ധമായ കാര്യങ്ങളും അദ്ദേഹത്തിന്റെ യുഎസ്എ ജീവിതചര്യകളും സംസാരിച്ചശേഷം ഞങ്ങൾ ഉച്ചഭക്ഷണത്തിനായി എത്യോപ്യൻ വിഭവമായ ടെപ്സും ഇഞ്ചാരയും കഴിച്ചു.

ഇന്ത്യയിലെയും എത്യോപ്യയിലെയും അമേരിക്കയിലെയും വ്യത്യസ്ത ജീവിതരീതികളും തനതായ സംസ്കൃതികളുമായിരുന്നു മുഖ്യ സംസാരവിഷയം. ഇരുവരും വളരെ കാലമായി അടുത്തറിയാവുന്നവരെപോലുള്ള പ്രത്യേക സൗഹൃദം ഞങ്ങൾക്കിടയിൽ ഉടലെടുത്തു. ഗുരുസ്ഥാനത്ത് നിൽക്കാൻ യോഗ്യതയുള്ള വ്യക്തിപ്രഭാവം! മർക്കലെ പട്ടണത്തിൽ നിന്നു ഡോക്ടർ യോനസിനോട് യാത്ര പറഞ്ഞു കാറിൽ കയറി.

അറുപത് കി.മീ. അകലെയാണ് ഡോ. യോനസിന്റെ ഉടമസ്ഥതയിലുള്ള ഫാർമസ്യൂട്ടിക്കൽ കമ്പനിയുടെ നിർമ്മാണ പ്രവർത്തനങ്ങൾ നടക്കുന്നത്. നിർമ്മാണം തുടങ്ങി രണ്ടു വർഷം കഴിഞ്ഞെങ്കിലും വംശീയ ലഹള കാരണം കാര്യമായ പുരോഗതിയുണ്ടായില്ല. ഈ കമ്പനി സ്ഥിതി ചെയ്യുന്ന സ്ഥലവും സമീപപ്രദേശങ്ങളും നിരവധി കലാപങ്ങൾക്ക് സാക്ഷ്യം വഹിച്ചിട്ടുണ്ട്.

എത്യോപ്യൻ വിഭവമായ ടെപ്സും ഇഞ്ചാരയും

ദൂരം അറുപത് കി .മീ ആണെങ്കിലും മൂന്ന് മണിക്കൂറിലേറെ കാറിൽ യാത്ര ചെയ്താണ് നിർമ്മാണപ്രവർത്തനങ്ങൾ നടക്കുന്ന ഫാർമസ്യൂട്ടിക്കൽ കമ്പനിയിൽ എത്തിച്ചേർന്നത്. പത്തു ദിവസത്തെ താമസം അടുത്തുള്ള ഒരു ചെറിയ പട്ടണത്തിലെ ഹോട്ടലിൽ.

വളരെ ഒറ്റപ്പെട്ടു കിടക്കുന്ന ഡോ. യോനസിന്റെ സ്വന്തം സ്ഥലത്ത് മരുന്ന് കമ്പനി നിർമ്മിക്കുക എന്ന ഏകലക്ഷ്യത്തോടെയാണ് അദ്ദേഹം യുഎസ്എയിൽ നിന്ന് എല്ലാം ഉപേക്ഷിച്ച് ഇവിടെ വന്നിരിക്കുന്നത്.

നിർമ്മാണ പ്രവർത്തനങ്ങളിൽ ഏർപ്പെട്ടിരിക്കുന്ന എല്ലാവരും ഈ ഗ്രാമത്തിലുള്ളവരാണ്. കുട്ടികൾ മുതൽ വൃദ്ധന്മാർവരെ ഇവിടെ പല പണികളിലേർപ്പെട്ടിട്ടുണ്ട്. പരിഷ്ക്കാരം തൊട്ടു തീണ്ടിയിട്ടില്ല എന്നുമാത്രമല്ല ദരിദ്രരുമാണിവർ.

ഗോത്രങ്ങൾ തമ്മിലുള്ള കലാപങ്ങളും തുടർന്നുള്ള കൊള്ളയും കൊലയും ഇവിടെ ഒരു വാർത്തയല്ല. ഒരു ഗ്രാമം മുഴുവൻ ഇരയാകുമ്പോഴാണ് പലപ്പോഴും പുറംലോകംപോലും അറിയുന്നത്. അതും ദിനപത്രത്തിലെ ചെറുകോളം വാർത്തയായി മാത്രം.

ആദ്യ ദിവസം ഫാക്ടറി ചുറ്റി നടന്നു കാണുമ്പോഴായിരുന്നു തികച്ചും കൗതുകം തോന്നുന്ന ഒരു കാഴ്ച കണ്ടത്. വലിയ ഒരു ആമയുടെ പുറത്തു സവാരി പോകുന്ന അഞ്ചു വയസ്സു പ്രായമുള്ള ഒരു ആൺകുട്ടിയും കൂടെ നീണ്ട പുല്ലിന്റെ തണ്ടുകൾ പിടിച്ചു മുന്നേ നടക്കുന്ന അതേ പ്രായമുള്ള ഒരു പെൺകുട്ടിയും. ഈ കുട്ടികൾ ഇരട്ടക്കുട്ടികളാണെന്ന് ഒറ്റനോട്ടത്തിലറിയാം. മെലിഞ്ഞ കുട്ടികളേയും അവർ ധരിച്ചിരുന്ന, കീറി ജീർണ്ണിച്ച വസ്ത്രങ്ങളും കണ്ടാലറിയാം ദാരിദ്ര്യത്തിന്റെ ആഴം. പിന്നീടുള്ള ദിവസങ്ങളിൽ അല്പം അകലെയുള്ള വലിയ മരത്തണലിൽ ആമയും കുട്ടികളും കളിക്കുന്നത് കാണാമായിരുന്നു.

ഭീമാകാരനായ ഈ ആമയെ അടുത്ത് കാണാനുള്ള ആഗ്രഹപ്രകാരം ഞാൻ കുട്ടികളുടെ അരികിൽ പോയി. പുഞ്ചിരിയോടെ എന്നെ എതിരേറ്റ കുട്ടികൾ തികഞ്ഞ ബ്രിട്ടീഷ് ഉച്ചാരണ ശൈലിയിൽ ഒരേ സ്വരത്തിൽ സുഖമാണോ എന്ന് ചോദിച്ചപ്പോൾ ഞാനൊന്ന് അമ്പരന്നു! പിന്നീട് ഞാനും കുട്ടികളോട് എന്റെ പേര് പറഞ്ഞു പരിചയപ്പെട്ടു. ഇരട്ടകളിൽ ആൺകുട്ടി ഹെനൊക്, പെൺകുട്ടി ഹിവോട്. 'ഹലോ മിസ്റ്റർ' എന്നൊരു സ്ത്രീ ശബ്ദം കേട്ട് തിരിഞ്ഞപ്പോഴാണ് ഈ കുട്ടികളുടെ അമ്മയെന്ന് തോന്നിക്കുന്ന സ്ത്രീയെ കണ്ടത്. അവർ പരിചയപ്പെടുത്തി; "ഞാനാണ് ഈ കുട്ടികളുടെ ഗ്രാന്റ് മദർ." എന്റെ മുഖത്തുള്ള അമ്പരപ്പ് കണ്ടിട്ടാണെന്നു

തോന്നുന്നു അവർ തുടർന്നു. "എന്റെ മകൾ നാല് വർഷം മുൻപ് ഈ ഗ്രാമത്തിൽ നടന്ന വംശീയ കലാപത്തിൽ കൊല്ലപ്പെട്ടു. ഈ കുട്ടികളെ നോക്കാനായി എല്ലാം അവസാനിപ്പിച്ചു ഈ നശിച്ച നാട്ടിലേക്കു വരാൻ ഞാൻ നിർബന്ധിതയായി." വല്ലാത്തൊരു നിരാശയോടെ നിറകണ്ണുകളോടെ അവർ അത് പറഞ്ഞു നിർത്തി. അവരോട് എന്ത് പറയണമെന്നറിയാതെ അല്പനേരം വിദൂരതയിലേക്ക് നോക്കി മൂകനായി ഞാൻ നിന്നു.

അവർ വീണ്ടും പറഞ്ഞു തുടങ്ങുന്നതിനു മുന്നേ ഞാൻ ഫാക്ടറിയെ ലക്ഷ്യമാക്കി തിരിഞ്ഞു നടന്നുതുടങ്ങി. ആ സ്ത്രീയുടെ കണ്ണിലെ നിരാശയും കുട്ടികളുടെ അവസ്ഥയും കണ്ടപ്പോൾ വല്ലാത്തൊരു ഭാരം അനുഭവപ്പെട്ടു. ഹോട്ടലിൽ തിരിച്ചെത്തിയ ഞാൻ അവരുടെയും കുട്ടികളുടെയും തികഞ്ഞ ബ്രിട്ടീഷ് ഉച്ചാരണ ശൈലി കേട്ട ആശ്ചര്യത്തിൽ അതിന്റെ യാഥാർത്ഥ്യം അറിയാനുള്ള വല്ലാത്ത ജിജ്ഞാസയിലായി.

പിന്നീടുള്ള എല്ലാ ദിവസങ്ങളിലും ഹോട്ടലിൽ നിന്നു ഞാൻ കഴിക്കുന്ന പ്രാതലിന്റെ ഒരു ഭാഗം ആ കുട്ടികൾക്കായി കൊണ്ടുവന്നു കൊടുത്തുതുടങ്ങി. അത് വാങ്ങാൻ വരുന്ന ഹെനോക്കിന്റെയും ഹിവോട്ടിന്റെയും കണ്ണിലെ തിളക്കവും സന്തോഷവും കാണുമ്പോൾ ഈ ദിനങ്ങൾക്ക് ആയുസ്സ് കുറവാണല്ലോ എന്നുള്ള നിസ്സഹായതയായിരുന്നു തനിക്ക്.

മുപ്പത്തിയെട്ട് വയസ്സു മാത്രം പ്രായം ചെന്ന റൂത്ത് എന്ന കുട്ടികളുടെ മുത്തശ്ശി അവരുടെ ഭൂതകാലം പല ദിവസങ്ങളിലായി എന്നോട് പറഞ്ഞുകൊണ്ടിരുന്നു. അഡിസ് അബാബയിലെ ബ്രിട്ടീഷ് കോൺസുലറുടെ വീട്ടിൽ പതിനൊന്നു വർഷമായി വീട്ടുപണിയുമായി കഴിഞ്ഞ കാലം. റൂത്തിന്റെ ഏക മകൾ 16 വയസ്സിൽ കല്യാണത്തിന് മുന്നേ അമ്മയായതും ഈ കുട്ടികൾക്ക് ഒരു വയസ്സു മാത്രം പ്രായമായപ്പോൾ ഇവിടെ നടന്ന മറ്റൊരു കലാപത്തിൽ എന്നന്നേക്കുമായി യാത്ര പറഞ്ഞതും ഈ കുട്ടികളെ വളർത്താനായി റൂത്തിന് ഈ ഗ്രാമത്തിലേക്ക് വീണ്ടും വരേണ്ടി വന്നതും അവർ ഒരു നെടുവീർപ്പോടെ പറഞ്ഞു നിർത്തി.

ഇവിടെനിന്നും മുപ്പതു കി.മീ ദൂരം താണ്ടിയാലേ നാമമാത്രമായ ആശുപത്രിയിലോ വിദ്യാലയത്തിലോ ചെന്നെത്താൻ സാധിക്കുകയുള്ളൂ. ഈ ഗ്രാമീണരുടെ ഏക വരുമാനമാർഗം കന്നുകാലികളെ വളർത്തലാണ്. കൂട്ടംകൂട്ടമായുള്ള ആട്ടിൻപറ്റത്തേയും പശുക്കളേയും മേച്ചിൽപ്പുറങ്ങളിലേക്ക് കൊണ്ടുപോകുന്ന ആട്ടിടയന്മാരെയും കൂട്ടിന് പോകുന്ന ശ്വാനന്മാരെയും എങ്ങും കാണാം. ഈ ഗ്രാമത്തിലെ മറ്റൊരു കാഴ്ച കുടിവെള്ളം നിറയ്ക്കാനുള്ള പ്ലാസ്റ്റിക്

ബാരലുകൾ ചുമന്ന് ദൂരസ്ഥലങ്ങളിലേക്ക് നടന്നുനീങ്ങുന്ന സ്ത്രീകളും അവർക്ക് പിന്നിൽ ഗമിക്കുന്ന കഴുതകളെയുമാണ്.

ഞാൻ ഇവിടെ വന്ന് ഒമ്പതു ദിവസം കഴിഞ്ഞിരിക്കുന്നു; തിരിച്ചു അഡിസിലേക്കും പിന്നെ ദുബായിലേക്കും പോകാനുള്ള തയ്യാറെടുപ്പിലായിരുന്നു. എന്റെ യാത്രാവിവരം അറിഞ്ഞയുടനെ റൂത്ത് ഓടി വന്നു. കഴിഞ്ഞുപോയ പല ദിവസങ്ങളിലായി ആ കണ്ണുകളിൽ കണ്ട പ്രത്യാശയുടെ തിളക്കം എവിടെയോ നഷ്ടപ്പെട്ടപോലെ എനിക്ക് തോന്നി.

ഏറെ നേരത്തെ നിശ്ശബ്ദതയെ ഭഞ്ജിച്ചു അവർ പുറത്തേക്ക് കൈചൂണ്ടി പറഞ്ഞു, "ഈ കാണുന്ന കുന്നിന് അപ്പുറത്താണ് ഞങ്ങളുടെ വീട്. ഈ കുഞ്ഞുങ്ങളുടെ കൂടെ അവിടെവരെ പത്തു നിമിഷത്തേക്കായി നിങ്ങൾ വരണം. കഴിഞ്ഞു പോയ എല്ലാ ദിവസങ്ങളിലും ഈ കുഞ്ഞുങ്ങൾ ആവശ്യപ്പെടുന്ന അവരുടെ ഏക ആഗ്രഹമാണിത്."

റൂത്തിനും ഹിവോട്ടിനും ഹെനോക്കിനും പുറകിലായി അകലെ കാണുന്ന കുന്നിനെ ലക്ഷ്യമാക്കി നടന്നു തുടങ്ങി. ഏകദേശം നാല്പത്തിയഞ്ച് കി.മീ നടന്നു കഴിഞ്ഞ് ഇവർ താമസിക്കുന്ന മുള്ളുവേലികൊണ്ടുള്ള ഗോത്രകവാടത്തിനു മുന്നിലെത്തി. 10–12 വൃത്താകൃതിയിലുള്ള കുടിലുകളാണിവിടെ. മേൽക്കൂര പുല്ല് കൊണ്ട് മേഞ്ഞിരിക്കുന്നു. വട്ടത്തിൽ ഒരു മുറിമാത്രമുള്ള ഈ വീട്ടിൽ

ആടുകളെ മേയ്ക്കുന്ന ഗ്രാമീണൻ

ആടുകളെ മേയ്ക്കുന്ന ഗോത്രവർഗ്ഗക്കാർ

അടുപ്പും കിടപ്പും കൂടാതെ വളർത്തുമൃഗങ്ങളും രാത്രികാലങ്ങളിൽ ഒരുമിച്ചാണ്.

ഇവിടെ എത്തി ഏതാനും നിമിഷങ്ങൾക്കകം ഒരു ആടിനെ കുടിലിന് മുന്നിൽ നിർത്തി പാൽ കറന്ന് എനിക്ക് നീട്ടി. ചുടുപാൽ ഒരു കവിൾ ഇറക്കി ആത്മാർത്ഥ ഗോത്രസ്നേഹം നുണഞ്ഞിറക്കി. തിരിച്ചു നടക്കാൻ നേരം പ്രായമുള്ള ഒരാൾ പരസഹായത്തോടെ വന്ന് തന്റെ വടികൊണ്ട് എന്റെ നെറ്റിയിൽ പല തവണ തട്ടി ഗോത്രത്തിന്റെ ആദരവ് നൽകി.

ഹോട്ടലിൽ തിരിച്ചെത്തിയ എന്റെ മനസ്സ് മുഴുവൻ, ആ കുട്ടികളുടെ ഈ അവസ്ഥ എങ്ങനെ മാറ്റാമെന്നുള്ള ചിന്തയിലായിരുന്നു. അഡിസ് അബാബയിൽ തിരിച്ചെത്തിയ ഉടൻ ഡോ. യോനസിനെ വിളിച്ചു. യാദൃച്ഛികമായി അദ്ദേഹം അഡിസിൽ ഉണ്ടെന്നും ഫാർമസ്യൂട്ടിക്കൽ കമ്പനിയുടെ ഗവൺമെന്റ് അനുമതിയോട് ബന്ധപ്പെട്ട കാര്യങ്ങൾക്കായി വന്നതാണെന്നും പറഞ്ഞു.

റൂത്തിനെയും കുട്ടികളെയും കണ്ടതും അവരുടെ ദിനങ്ങളും നിസ്സഹായാവസ്ഥയും വേവലാതിയും ഡോ. യോനസിനെ ബോധ്യപ്പെടുത്തി. ആ കുട്ടികൾക്കും റൂത്തിനും ആവശ്യമായ സഹായം ചെയ്തു കൊടുക്കാനായി അഭ്യർത്ഥിക്കുകയും അവർക്ക് നല്ലൊരു ജീവിത സാഹചര്യം നല്കാനുമായി നിർബന്ധിച്ചു. എല്ലാം കേട്ട് വേണ്ടതെല്ലാം ചെയ്യാമെന്ന് സ്വതസിദ്ധമായ പുഞ്ചിരിയോടെ അദ്ദേഹം

ഗോത്രവർഗ്ഗക്കാരുടെ കുടിലുകൾ

ഉറപ്പ് തന്നു, അപ്പോൾ മനസ്സിലെ ഭാരം കുറഞ്ഞപോലെ തോന്നി. 2019 ഡിസംബർ 22ന് ഞാൻ തിരിച്ചു ദുബായിലെത്തി.

2020 മാർച്ച് മാസത്തിൽ കോവിഡിന്റെ ആഗമനത്തോടെ എല്ലാ ക്രമീകരണങ്ങളുടെയും താളം തെറ്റി. ഡോ. യോനസ് കുട്ടികൾക്കായി, അകലെയുള്ള നഗരത്തിൽ ബോർഡിങ് സ്കൂൾ തരപ്പെടുത്തിയെങ്കിലും കോവിഡിന്റെ വ്യാപനം എല്ലാം തകർത്തെറിഞ്ഞു. കമ്പനിയുടെ നിർമ്മാണ പ്രവർത്തനങ്ങൾ വീണ്ടും നിലച്ചു. പിന്നീട് ഡോ. യോനസുമായി പല തവണ ഫോണിൽ ബന്ധപ്പെടാൻ ശ്രമിച്ചെങ്കിലും നടന്നില്ല.

2020 സെപ്റ്റംബർ മാസത്തിൽ അപ്രതീക്ഷിതമായി ഡോ. യോനസ് എന്നെ ഫോണിൽ വിളിച്ചു. ഹെനോക്കിന്റെയും ഹിവോട്ടിന്റെയും പേര് പല തവണ ആവർത്തിച്ചു പറയുന്നുണ്ടായിരുന്നു. ഒന്നും വ്യക്തമായി മനസ്സിലാകാതെ ഞാൻ വീണ്ടും വീണ്ടും എന്താണെന്ന് ചോദിച്ചുകൊണ്ടേയിരുന്നു. 56 മാസങ്ങൾ കഴിഞ്ഞു, നിരന്തരമായ ശ്രമങ്ങൾക്കൊടുവിൽ ഡോ. യോനസിന്റെ ഫോണിൽ മറുപടി പറഞ്ഞ സ്ത്രീ ശബ്ദം റൂത്തിന്റേതാണെന്നു ഞാൻ തിരിച്ചറിഞ്ഞു.

എല്ലാം കഴിഞ്ഞു എന്ന് മാത്രം അവർ പറഞ്ഞു നിർത്തി.

മനസ്സിൽ പൊടുന്നനെ നാമ്പെടുത്തത് ഓരായിരം ചോദ്യങ്ങളായിരുന്നു. റൂത്തിന് എന്നെ മനസ്സിലായില്ലേ? അവരുടെ പക്കൽ

എങ്ങനെ ഡോ. യോനസിന്റെ ഫോൺ എത്തി? അദ്ദേഹത്തിന് കോവിഡിനെ അതിജീവിക്കാൻ പറ്റാതെ വന്നോ? കുട്ടികളുടെ പേര് പറഞ്ഞതെന്തിന്?

പിന്നീട് 56 മാസങ്ങൾ കടന്നു പോയെങ്കിലും എന്റെ ചോദ്യങ്ങൾ മാത്രം ഇപ്പോഴും ബാക്കി...

രണ്ട്

കോവിഡിന്റെ ദുരിതപൂർണ്ണ ദിനങ്ങൾ ലോകമെമ്പാടും 2020 കടന്ന് 2021ലും തുടർന്നു. 2021ന്നിലും ഡോ. യോനസുമായി സംസാരിക്കാനോ അദ്ദേഹത്തിന്റെയും റൂത്തിന്റെയും അതിലുപരി കുട്ടികൾ ഹെനോക്കിന്റെയും ഹിവോട്ടിന്റെയും വിശേഷങ്ങൾ അറിയാൻ സാധിച്ചില്ല. അവരുടെ വിശേഷങ്ങൾ അറിയാൻ വിദൂരസാധ്യത പോലും ഇല്ലെന്നായി.

കാലചക്രം അനുസ്യൂതം പരിക്രമണം തുടർന്നു, 2022 ആഗസ്റ്റ് മാസമെത്തി. പുതിയൊരു ജോലിസംബന്ധമായ കാരണത്താൽ എത്യോപ്യയിലേക്ക് യാത്ര ചെയ്യാനുള്ള ഒരവസരം കൂടി വന്നെത്തി. രണ്ടര വർഷം കഴിഞ്ഞെങ്കിലും ആ കുട്ടികളുടെ ഇപ്പോഴത്തെ അവസ്ഥയറിയാൻ തീക്ഷ്ണമായ ആഗ്രഹം. ഡോ. യോനസിന്റെ ഫോണിൽ ഒന്നരവർഷത്തിനുശേഷം ഒരിക്കൽ കൂടി വൃഥാ വിളിച്ചു, പക്ഷേ പ്രതീക്ഷകളെ അസ്ഥാനത്താക്കി മറുതലയ്ക്കൽ ഒരു സ്ത്രീ ശബ്ദം.

അവർ പരിചയപ്പെടുത്തി, ഞാൻ റൂത്ത്. പെട്ടെന്നാണ് അവർ എന്റെ ശബ്ദം തിരിച്ചറിഞ്ഞതും തുടർന്ന് സന്തോഷത്തിന്റെ വീർപ്പുമുട്ടലിൽ നടന്നതെല്ലാം മറുപടിക്കായി കാതോർക്കാതെ ഒരൊറ്റ നിശ്വാസത്തിൽ പറഞ്ഞതും. ഞങ്ങൾ ഇപ്പോൾ അതീവ സന്തോഷത്തിലാണ്. അര മണിക്കൂർ നീണ്ട സംസാരത്തിനിടയിൽ കഴിഞ്ഞ രണ്ടര വർഷത്തിൽ അവരുടെ ജീവിതത്തിലുണ്ടായ എല്ലാ നല്ല മാറ്റങ്ങൾക്കും കാരണമായ എന്റെ സന്ദർശനം, നന്ദിയോടും ഏറെ കടപ്പാടോടും ആവർത്തിച്ചുകൊണ്ടേയിരുന്നു.

ഡോ. യോനസ്, കോവിഡിനെ തോൽപ്പിക്കാൻ അഡിസ് അബാബയിലുള്ള ആശുപത്രിയിലും പിന്നീട് അദ്ദേഹത്തിന്റെ വീട്ടിലുമായി 6-7 മാസമെടുത്തു, തുടർചികിത്സയ്ക്കായി ഇപ്പോൾ അമേരിക്കയിൽ പോയിരിക്കുന്നു. ആശുപത്രിയിൽ നിന്ന് വീട്ടിൽ

വന്ന ഡോ. യോനസിനെ ശുശ്രൂഷിച്ചതെല്ലാം റൂത്തായിരുന്നു. കുട്ടികളായ ഹെനോക്കിനെയും ഹിവോട്ടിനെയും ടിഗ്രൻ പ്രവിശ്യയിലുള്ള ഏറ്റവും നല്ല ബോർഡിങ് സ്കൂളിൽ കോവിഡിന്റെ ഭയാനക ദിനങ്ങൾക്ക് മുന്നേ ചേർത്തിരുന്നു. ഡോ. യോനസും റൂത്തും ഒരേ ഗോത്രത്തിലുള്ളവരാണെന്നും അവരുടെ പൂർവികർ ഒരു കുടുംബത്തിലേതാണെന്നും റൂത്ത് പറഞ്ഞു നിർത്തി.

ഡോക്ടറുടെ സഹായത്തോടെ റൂത്ത് മറ്റൊരു പട്ടണത്തിൽ ആയയായി ജോലിയും ചെയ്യുന്നു. അവിടെ ചെല്ലുമ്പോൾ തീർച്ചയായും വിളിക്കണമെന്നും കാണണമെന്നും പറഞ്ഞു.

അവർക്കൊരു സർപ്രൈസ് നൽകാനായി മനപ്പൂർവം അടുത്ത ആഴ്ചയിലെ എത്യോപ്യൻ യാത്രയെക്കുറിച്ച് പറഞ്ഞതുമില്ല. കുട്ടികളുടെ ബോർഡിങ് സ്കൂളിന്റെ മേൽവിലാസവും സംസാരത്തിലൂടെ തരപ്പെടുത്തി. ഞാൻ 2019ൽ താമസിച്ച ആ കൊച്ചു ഗ്രാമത്തിലെ ഏക ഹോട്ടലിൽനിന്ന് ഏതാണ്ട് മുപ്പതു കി.മീ. മാത്രം ദൂരെയാണ് കുട്ടികൾ പഠിക്കുന്ന ബോർഡിങ് സ്കൂൾ.

ഈ യാത്രയ്ക്കുള്ള ദിവസങ്ങൾ ഓരോന്നായി അടുക്കുമ്പോൾ ആ കുട്ടികളെ കാണാനുള്ള ആഗ്രഹം കൂടിവന്നു. രണ്ടു കുട്ടികൾക്കുമായി പുതിയ വസ്ത്രങ്ങൾ രണ്ടു സമ്മാനപ്പൊതികളിലാക്കി, കൂടാതെ അറബിക് ബക്കലവയും മിഠായി പാക്കറ്റുകളും തയ്യാറാക്കി.

അഡിസിൽ എത്തിയതിനുശേഷം ജോലി സംബന്ധമായ മീറ്റിങ്ങുകൾ ആദ്യ മൂന്ന് ദിവസത്തിൽ അവസാനിച്ചിരുന്നു. കുട്ടികളെ കാണാനായുള്ള ലക്ഷ്യത്തിൽ 900 കി.മീ അകലെയുള്ള ടിഗ്രൻ പ്രവിശ്യയിലുള്ള മെക്കലെ നഗരത്തിലേക്കുള്ള വിമാനടിക്കറ്റ് വാങ്ങി. അവിടേക്കുള്ള വിമാനസർവീസുകളുടെ എണ്ണത്തിൽ ഗണ്യമായ കുറവുണ്ട്. ഈ നഗരത്തിന്റെ അതിർത്തി ഭാഗം എറിട്രിയയോട് ചേർന്നു കിടക്കുന്ന സ്ഥലമാണ്. അവിടെ അസ്വാരസ്യങ്ങൾ പതിവാണ്.

മെക്കലെ എയർപോർട്ടിൽനിന്ന് എത്തിച്ചേരേണ്ട ഹോട്ടലിലേക്ക് ദൂരം 35 കി.മീ. മാത്രമാണെങ്കിലും പല ടാക്സികളും അവിടേക്ക് പോകാൻ തയ്യാറല്ലായിരുന്നു. അവസാനം എയർപോർട്ടിൽ നിന്നും കാൽനടയായി പുറത്തുവന്ന എന്നെ ഹോട്ടലിലേക്ക് കൊണ്ടുപോകാനായി പലരും എന്റെ പിന്നിൽ കൂടി. അവരുടെ ലീഡർ എന്ന മട്ടിലുള്ള, വളരെ പരുക്കനായ ഒരാൾ വന്ന് മറ്റെല്ലാവരെയും ശകാരിച്ചു, അയാളുടെ കാറിന്റെ ഡോർ തുറന്നുപിടിച്ച്

കയറാനായി ആക്രോശിച്ചു. പരുങ്ങലോടെ ഞൊടിയിടയിൽ ഞാൻ കാറിൽ കയറി.

ഏറെ ദേഷ്യക്കാരനും ഒരു കാതിൽ വലിയ വളയവുമിട്ട കുറിയ മനുഷ്യന്റെ ഈ പെരുമാറ്റത്തിന്റെ ചേതോവികാരമറിയാതെ പുറത്തേക്കുള്ള കാഴ്ച കണ്ട് യാത്ര തുടർന്നു. ഒരക്ഷരം ഉരിയാടാതെയുള്ള യാത്ര പെട്ടെന്ന് നിർത്തേണ്ടി വന്നു. മുന്നിൽ വഴി തടഞ്ഞു പട്ടാളവേഷത്തിലുള്ള ആറു ചെറുപ്പക്കാർ, ചിലരുടെ കൈയിൽ അന്തരീക്ഷത്തിൽ അലക്ഷ്യമായി ചുഴറ്റുന്ന നിറതോക്കുകൾ. പട്ടാളവേഷത്തിലാണെങ്കിലും കാലിൽ കിടക്കുന്ന വള്ളിച്ചെരുപ്പ് കണ്ടപ്പോൾ, ഇത് ഈ രാജ്യത്തിന്റെ അതിർത്തി കാക്കുന്നവരല്ലെന്നു മനസ്സിലായി. കാറിൽ നിന്ന് ഇറങ്ങിപ്പോയ ഡ്രൈവർ അവരോട് പരുക്കനായും പിന്നീട് സൗമ്യനായും സംസാരിക്കുന്നത് കണ്ടു. സംസാരം നീണ്ടു പോകുന്നതല്ലാതെ ഞങ്ങളെ പോകാൻ അനുവദിക്കുന്നില്ല. ഏറെ സമയത്തെ കാത്തിരിപ്പിനുശേഷം ഡ്രൈവർ നിസ്സഹായനായി വന്ന് എന്നോട് അഞ്ഞൂറ് എത്യോപ്യൻ ബിർ ചോദിച്ചു, നിമിഷങ്ങൾക്കകം പോകാനുള്ള അനുമതിയും ലഭിച്ചു.

അരമണിക്കൂർ യാത്രയ്ക്കുശേഷം മറ്റൊരു ചെക്ക്പോസ്റ്റിലെത്തി. വീണ്ടും വഴിതടയൽ എന്ന കലാപരിപാടിയുമായി നാല് ചെറുപ്പക്കാർ. വേഷത്തിൽ നേരത്തെ കണ്ടവരിൽ നിന്ന് വലിയ അന്തരമില്ലെങ്കിലും യൂണിഫോമിന്റെ കളർ നീല കലർന്നതായിരുന്നു. വണ്ടി തടഞ്ഞു നിർത്തിയ ഉടൻ എന്റെ പാസ്പോർട്ട് തരാൻ ആവശ്യപ്പെട്ടു. കൊടുക്കാൻ മടിച്ച എനിക്ക് നേരെ, അടുത്ത ആവശ്യമുയർന്നു, ആയിരം ബിർ വേണമെന്ന്. അവർ 'കാട്ട്' എന്ന പച്ചയില നുള്ളി തിന്നുന്ന തിരക്കിലായിരുന്നു. കാട്ട് ചവച്ചു ഉന്മത്തരാകുന്ന ഇവർക്ക് വേണ്ടത്, വിയർക്കാതെ ലഭിക്കുന്ന പണം മാത്രമായിരുന്നു. കോവിഡിന് മുന്നേ എത്യോപ്യയിൽ പല സ്ഥലങ്ങളിലും യാത്ര ചെയ്തിട്ടുണ്ടെങ്കിലും ഈ അനുഭവം ആദ്യത്തേതായിരുന്നു.

ഹോട്ടലിൽ നിന്ന് നൂറ് മീറ്റർ അകലെ കാർ നിർത്തി നടന്ന് ഹോട്ടലിലേക്ക് പോകാൻ എന്നോട് ആവശ്യപ്പെട്ടു. ഈ ഹോട്ടലിൽ 2019ൽ പത്ത് ദിവസം താമസിച്ചതുകൊണ്ട് പരിസരം കണ്ടപ്പോൾ അപരിചിതത്വം തോന്നിയില്ല. ഡ്രൈവറോട് നന്ദി പറഞ്ഞ് ഒരു പെട്ടിയും ലാപ്ടോപ്പ് ബാഗുമായി ഹോട്ടൽ കവാടത്തിലെത്തി.

ഹോട്ടലിന്റെ മുൻവാതിൽ അടഞ്ഞു കിടക്കുന്നത് കണ്ട് ചെറിയ അങ്കലാപ്പോടെ തള്ളി തുറക്കാൻ ശ്രമിച്ചെങ്കിലും നടന്നില്ല. ഈ വഴിയിൽ ഒരാളേയും കാണുന്നുമില്ല. അതൊരു ചെറിയ സിറ്റിയാണെങ്കിലും ഇത്രയും വിജനത അതുവരെ കണ്ടിട്ടില്ല. ഇവിടെ വന്ന്

ഒന്ന് രണ്ട് മണിക്കൂർ കഴിഞ്ഞെങ്കിലും ഇനി എങ്ങോട്ടു പോകണ മെന്നറിയാതെ സ്തംഭിച്ചു. നേരം ഇരുട്ടി തുടങ്ങി. പക്ഷേ തല ചായ്ക്കാനായി ഒരിടം ഇല്ലെന്നു മാത്രമല്ല, ഇവിടെ നിന്ന് തിരിച്ചു പോകാൻ ഒരു വാഹനംപോലും കൺവെട്ടത്തിലുമില്ല.

നിസ്സഹായതയുടെ നിമിഷങ്ങൾക്ക് ദൈർഘ്യം ഏറെയാണെന്ന് തോന്നിത്തുടങ്ങി. ഇനി എന്ത് ചെയ്യുമെന്നുള്ള ആകുലതയും വർദ്ധിച്ചു വരുന്നു. ഇരുട്ട് വീണു തുടങ്ങി. അപൂർവമായി നിരത്തി ലൂടെ പോകുന്ന കാൽനടക്കാരും വാഹനയാത്രക്കാരും ഹോട്ടലിന് പുറത്ത് പെട്ടിയുമായി നിൽക്കുന്ന എന്നെ നോക്കി മുഖം തിരിച്ചു പോകുന്നത് കണ്ടു.

പെട്ടെന്നാണ് അല്പം അകലെ നിന്ന് വരുന്ന വാഹനങ്ങളുടെ ഇരമ്പലും വലിയ ശബ്ദത്തിലുള്ള ആക്രോശങ്ങളും നിലവിളിയും തോക്കിൽ നിന്ന് വെടിയുതിർക്കുന്ന ശബ്ദവും കേട്ടത്. എന്താണ് ഇവിടെ സംഭവിക്കുന്നത് എന്ന് മനസ്സിലാക്കുന്നതിന് മുൻപായി ഹോട്ടലിന്റെ മുൻവാതിൽ തുറക്കപ്പെട്ടു. ഞൊടിയിടക്കുള്ളിൽ ആരോ ബലമായി എന്നെ ഉള്ളിലേക്ക് വലിച്ചു കയറ്റി. മൊബൈൽ ടോർച്ചിന്റെ വെളിച്ചത്തിൽ എന്നെ നയിച്ച് ഇരുട്ടുള്ള ഒരു ചെറിയ മുറിയിലേക്ക് തള്ളി വാതിൽ അടയ്ക്കപ്പെട്ടു.

മൊബൈൽ നെറ്റ്‌വർക്കില്ലാത്തതുകൊണ്ട് ഇവിടെ നിന്ന് പുറം ലോകവുമായുള്ള എല്ലാ ബന്ധവും വിച്ഛേദിക്കപ്പെട്ടു. ഏറെ നേരം ഇരുട്ടിൽ ഇരുന്ന് എപ്പോഴോ അല്പം മയങ്ങി. പുറത്ത് ഒന്നില ധികം വാഹനങ്ങൾ ശക്തിയായി നിർത്തുന്നതും ഒരു കൂട്ടം ജന ങ്ങളുടെ അട്ടഹാസവും കേൾക്കാമായിരുന്നു. ഹോട്ടലിന്റെ വാതി ലിൽ ശക്തിയായി തുടരെത്തുടരെ അടിക്കുന്നത് കേൾക്കാം. ഒരു മണിക്കൂർ നേരം നീണ്ട കോലാഹലങ്ങൾക്കൊടുവിൽ വാഹനങ്ങൾ ഇവിടെ നിന്ന് അകന്നുപോകുന്നതായും മനസ്സിലായി. മൊബൈൽ ബാറ്ററിയുടെ അവസാന കട്ടയും അപ്രത്യക്ഷമായി.

ജനലിന്റെ വിടവിലൂടെ വരുന്ന പ്രഭാതകിരണങ്ങൾ കണ്ടു തുടങ്ങി. വൈദ്യുതിയില്ലാത്ത ഈ മുറിയിൽ ഉപയോഗശൂന്യമായ പഴയ വസ്തുക്കൾ ചുറ്റിലും ഇരിക്കുന്നത് കണ്ടു. അടച്ചിട്ട മുറിയുടെ വാതിലിൽ തട്ടി ആരോ തുറക്കാൻ പറയുന്നു. വാതിലിന് മുന്നിൽ നിൽക്കുന്ന യുവാവ് ഒരു കുപ്പി വെള്ളവും ചുരുട്ടിയ ഒരു ഇഞ്ചാരയും തന്നു. അറബിക് ഭാഷയും ഫ്രഞ്ച് ഭാഷയും നന്നായി സംസാരിക്കുന്ന ഇയാൾ അത്രതന്നെ പ്രാവീണ്യമില്ലാത്ത ഇംഗ്ലീഷ് ഭാഷയിൽ തുടർന്നു. അറബിക്കിലും ഫ്രഞ്ചിലും എനിക്കുള്ള അറിവ് മനസ്സിലായതു കൊണ്ടായിരിക്കാം, അയാൾ അല്പം ബുദ്ധിമുട്ടാണെങ്കിലും ഇംഗ്ലീഷ്

ഭാഷയിലേക്ക് സംസാരം മാറ്റിയത്. അരമണിക്കൂർ സമയമെടുത്ത് അവിടെ അരങ്ങേറുന്ന നടുക്കുന്ന യാഥാർത്ഥ്യം പറഞ്ഞു തന്നു.

ജനസംഖ്യയിൽ കേവലം ആറ് ശതമാനം മാത്രമുള്ള ടിഗ്ര്യൻ ഗോത്രവിഭാഗം വളരെ പ്രബലരും മുപ്പതിലേറെ വർഷം ഈ രാജ്യം ഭരിച്ചവരുമാണ്. പക്ഷേ ജനസംഖ്യയിൽ മുപ്പത്തിയഞ്ചു ശതമാനം വരുന്ന ഒറോമക്കാരാണ് ഇപ്പോൾ ഭരണത്തിലുള്ളത്. ഇവർക്ക് പുറമെ ഇരുപത്തിയഞ്ചു ശതമാനം വരുന്ന അംഹാര ഗോത്ര വിഭാഗക്കാരും ഒരു നിർണ്ണായക ജനസമൂഹമാണിവിടെ. രാജ്യത്തിന്റെ അതിർത്തിയിൽ ടിഗ്ര്യൻ മേഖലയിൽ പലപ്പോഴും പല അസ്വാരസ്യങ്ങളും ഉണ്ടാകാറുണ്ട്. പലപ്പോഴും കലാപങ്ങൾ ഉണ്ടാക്കുന്നത് ഈ വിഭാഗങ്ങളിൽ ഉൾപ്പെടാത്തവരും സാമൂഹ്യദ്രോഹികളുമായ വ്യക്തികളോ അക്രമിസംഘങ്ങളോ ആകാം. കഴിഞ്ഞ ആറ് മാസക്കാലമായി നിരന്തരം കലാപങ്ങൾ നടക്കുന്ന ഇവിടെ വിദേശികൾ ആരും വരാറില്ല.

രണ്ടു ദിവസം മുന്നേ, ഈ ചെറിയ ഗ്രാമത്തിലെ പലചരക്ക് കടകൾ കൊള്ള ചെയ്യാൻ വന്ന ദ്രോഹികളെ കടക്കാരും ഗ്രാമീണരും ചേർന്ന് ചെറുത്ത് നിന്നു. ഈ കലാപത്തിൽ രണ്ടുപേർക്ക് ജീവഹാനി സംഭവിച്ചു. ഈ സംഭവത്തിനു ശേഷം അടുത്തുള്ള ഗ്രാമത്തിൽനിന്ന് പോലും ആരും ഇവിടേക്ക് വരാറില്ല.

അലി എന്ന ഈ ചെറുപ്പക്കാരന്റെ ഭയവിഹ്വലമുഖഭാവത്തോടെയുള്ള വിവരണങ്ങൾ കണ്ണിമ വെട്ടാതെ ഞാൻ കേട്ടിരുന്നു. വാതിലടച്ചു അകത്തിരിക്കാൻ പറഞ്ഞ് അയാൾ എവിടേക്കോ തിരക്കിൽ നടന്നകന്നു. നിരാശയും ദേഷ്യവും നിസ്സഹായതയും ഒരുമിച്ചനുഭവിക്കുന്ന കയ്പേറിയ ദിനം. ഇനിയെന്ത്?

അലി രക്ഷകനോ ശിക്ഷകനോ? ഇവിടേക്ക് കൊണ്ടുവന്ന ആ കുറിയ ടാക്സി ഡ്രൈവർ മറ്റുള്ളവരുമായി വഴക്കിട്ട് ഇവിടേക്ക് എന്നെ എത്തിക്കാൻ, കലാപകാരികളാൽ നിയോഗിക്കപ്പെട്ടവനാണോ? ഹോട്ടലിന്റെ വാതിൽ തുറക്കാതെ രണ്ടു മണിക്കൂർ കഴിഞ്ഞു. എന്തിന് എന്നെ വലിച്ചു കയറ്റി കതകടച്ചു?

ഞാൻ എന്നെ തന്നെ ചോദ്യം ചെയ്തു തുടങ്ങി. സ്വയം വാദിയും പ്രതിയുമായി ക്രോസ്‌വിസ്താരം തുടർന്നു. ജനാലപ്പാളികളിലൂടെ വന്നിരുന്ന പ്രകാശം സാവധാനം നീണ്ട നിഴലുകൾ വീഴ്ത്തി മുറിയിൽ ഇരുട്ട് നിറച്ചു.

അലി വാതിലിൽ വീണ്ടും തട്ടി വിളിച്ചു. തുറന്നപ്പോൾ മാർക്കോ എന്ന് പേരുള്ള ഒരു ഇറ്റാലിയൻ വംശജനെയും കണ്ടു. രണ്ടു ദിവസം

മുന്നേ ഇയാൾ ഭാര്യാസമേതം ഇവിടെ താമസിക്കാനെത്തിയതായിരുന്നു. അടുത്ത ദിവസം ലാലി ബേല ദേവാലയ സമുച്ചയം കാണാനുള്ള തയ്യാറെടുപ്പിലായിരുന്നു അവർ. കഴിഞ്ഞ രണ്ടു ദിവസമായി ഇവർ തിരിച്ചുപോകാനുള്ള തന്ത്രങ്ങൾ മെനയുകയായിരുന്നു.

അലി, ഒരിക്കൽ കൂടെ വാതിൽ തുറന്ന് സഗൗരവത്തിൽ നാളെ വെളുപ്പിന് നാല് മണിക്ക് നിങ്ങൾ മൂന്നുപേരെയും എയർ പോർട്ടിൽ എത്തിക്കാനുള്ള ക്രമീകരണങ്ങൾ ചെയ്തതായി പതുക്കെ പറഞ്ഞു.

കുട്ടികളായ ഹെനോക്കിനെയും ഹിവോട്ടിനെയും കാണാനുള്ള അതിയായ ആഗ്രഹമുണ്ടെങ്കിലും സ്വയം രക്ഷപ്പെടാനുള്ള തന്ത്രപ്പാടിലായിരുന്നു കഴിഞ്ഞ ഇരുപത്തിനാല് മണിക്കൂർ. ആരോടും അഭിപ്രായം ആരായാതെയുള്ള ഈ കലാപഭൂമിയിലേക്കുള്ള യാത്ര ഒഴിവാക്കാമായിരുന്നു എന്ന് കുണ്ഠിതപ്പെടുമ്പോൾ, എന്നിലെ സഞ്ചാരി സഹായത്തിന് വരും. യാത്രകളെ ഏറെ ഇഷ്ടപ്പെടുന്ന എന്റെ ഇത്തരത്തിലുള്ള സഞ്ചാരമാണ് വൈവിധ്യം നിറഞ്ഞ ഒട്ടനവധി അനുഭവങ്ങളെ സമ്മാനിച്ചത്. പ്രത്യാശ കൈവിടാതെ കുപ്പിയിലെ ബാക്കിയുള്ള ഒരു കവിൾ വെള്ളം കുടിച്ചു നിലത്തിരുന്നു.

എപ്പോഴോ തളർന്നുറങ്ങിയ ഞാൻ വാതിലിലുള്ള ശക്തമായ തട്ട് കേട്ട് എഴുന്നേറ്റു. അടുത്തുള്ള മറ്റൊരു മുറിയിൽ നിന്ന് മാർക്കോയും അദ്ദേഹത്തിന്റെ ഭാര്യ തത്യാനയും ബാക്ക്പാക്കുമായി പുറത്തേക്ക് നടന്നു. കൂടെ ഞാനും.

അലിയോട് കല്യാണം കഴിച്ചോ എന്ന ചോദ്യത്തിന് കുട്ടികൾ രണ്ടാണെന്നായിരുന്നു മറുപടി. അവരുടെ പ്രായമോ പേരോ ചോദിക്കാതെ പെട്ടിയിൽനിന്ന് ഹെനോക്കിന്റെയും ഹിവോട്ടിന്റെയും സമ്മാനപ്പൊതികൾ കൊടുത്തു. പുറത്തുള്ള വൈക്കോൽ നിറച്ച ചെറിയ പിക്കപ്പ് വാനിൽ സ്ഥലപരിമിതി കാരണം വലിയ പെട്ടിയും അതിലുള്ളതെല്ലാം ഉപയോഗിച്ചുകൊള്ളാനും പറഞ്ഞ് അലിക്ക് കൊടുത്തു. തീർത്താൽ തീരാത്ത കടപ്പാടുമായി അലിയോട് യാത്ര പറഞ്ഞു.

വൈക്കോൽ കെട്ടുകൾക്കുള്ളിൽ ഇരുന്നും കിടന്നും ഞങ്ങൾ മൂന്നുപേരെയും സുരക്ഷിതരായി ഡ്രൈവർ എയർപോർട്ടിൽ എത്തിച്ചു. ഇരുട്ടറയിൽ നിന്ന് സ്വാതന്ത്ര്യത്തിന്റെ പരിമളം അനുഭവിച്ച രാവ്.

ലാപ്ടോപ്പ് ബാഗിലെ പാസ്പോർട്ട് എടുത്ത് ടിക്കറ്റ് ശരിപ്പെടുത്താനായി നടന്നു തുടങ്ങിയപ്പോൾ, മാർക്കോയും തത്യാനയും വന്ന് ആശ്ലേഷിച്ചു. പരസ്പരം അറിയാത്തവരാണെങ്കിലും കടന്നുപോയ ദിനങ്ങൾ ഇനി ഒരിക്കലും ജീവിതത്തിൽ ഉണ്ടാകരുതേ

എന്ന് ആത്മാർത്ഥമായി ആഗ്രഹിച്ചു. ദുബായിൽ വരുമ്പോൾ കാണാമെന്ന് പറഞ്ഞു ഞങ്ങൾ പിരിഞ്ഞു.

ആര് ശത്രു, ആര് മിത്രം എന്നറിയാൻ സാധിക്കാത്ത സാഹചര്യം. വിശപ്പും ദാഹവും ആകുലതയ്ക്കും ഭയത്തിനും വഴി മാറിയ ദിവസങ്ങൾ. കഴിഞ്ഞ 30 മണിക്കൂറിൽ കണ്ടത്, സഹജീവികളോടുള്ള അപരിചിതന്റെ കരുതലിന്റെയും ആത്മാർത്ഥസ്നേഹത്തിന്റെയും നിസ്വാർത്ഥതയുടെയും ഒരു മകുടോദാഹരണമായിരുന്നു. പരുക്കനായ ടാക്സി ഡ്രൈവറും അലിയുമെല്ലാം രക്ഷകരായി മാറിയ കാഴ്ച.

ഒരു മണിക്കൂർ വിമാനയാത്ര കഴിഞ്ഞു അഡിസ്സിൽ എത്തിയപ്പോൾ, ഈ വലിയ നഗരത്തിൽ എല്ലാം ശാന്തം. വാരാന്ത്യ തിരക്കുള്ള വീഥികൾ, ജനബാഹുല്യം നിയന്ത്രിക്കുന്ന പൊലീസുകാർ, എങ്ങും ഉത്സവപ്രതീതി. ദുബായിലേക്കുള്ള യാത്രാമദ്ധ്യേ കഴിഞ്ഞതെല്ലാം ഒരു ദുസ്സ്വപ്നംപോലെ ഓർത്തു. ഈ സാഹസിക യാത്ര ഒരിക്കലും വിസ്മരിക്കാനാകില്ല. വഴിവിളക്കായി നിന്ന അലിക്കും ടാക്സിഡ്രൈവർക്കും വൈക്കോൽ വണ്ടിക്കാരനും ഹൃദയത്തിന്റെ ഭാഷയിൽ ഒരായിരം നന്ദി പറഞ്ഞു.

■

ഡോഡോലാൻഡിലെ സൂര്യപുത്രി

ഒന്ന്

ഷാർജ-ദുബായ് റോഡിലെ രാവിലെയുള്ള രണ്ടു മണിക്കൂർ നീണ്ട ട്രാഫിക് ജാം കഴിഞ്ഞു ജെബെൽ അലിയിലുള്ള ഓഫീസിൽ എത്തിയപ്പോഴാണ്, എന്റെ ജനറൽ മാനേജർ ഫ്രഞ്ചുകാരനായ ഇമ്മാനുവലിന്റെ സ്നേഹത്തോടുള്ള കുശലാന്വേഷണങ്ങളും അതു കൂടാതെ ഇന്ന് രാത്രി ഡിന്നർ ഒരുമിച്ചാകാം എന്നുള്ള ഓർമ്മപ്പെടുത്തലും. പെട്ടെന്ന് കാര്യം മനസ്സിലായി; ഉടൻ വരുന്നു പണി, അടുത്ത വിദേശ യാത്ര. നീണ്ട ഒരു തുർക്കി യാത്ര കഴിഞ്ഞ് ഞാൻ ദുബായിൽ വന്നു മൂന്നു ദിവസം മാത്രമാണ് ആയതെന്നത് ഇമ്മാനുവേലിനും നന്നായി അറിയാം.

ഇമ്മാനുവേൽ ഭക്ഷണസമയത്ത് യാതൊരു കാരണവശാലും മൗറീഷ്യസിലേക്കുള്ള ഈ യാത്ര വൈകിക്കൂടാ എന്നും അല്പം അസൗകര്യം ഉണ്ടാകുമെങ്കിലും ഈ യാത്രയ്ക്ക് ഉടനെ തയ്യാറാകാനും പറഞ്ഞു. തിരുവായ്ക്കു എതിർവായ് ഇല്ലാതെ ഏറ്റെടുത്തു അടുത്ത ഉദ്യമം.

അമേരിക്കൻ ഹോട്ടൽ ശൃംഖലയുടെ ഭാഗമായ, പഞ്ചനക്ഷത്ര ഹോട്ടലിന്റെ പണി നടക്കുന്ന മൗറീഷ്യസിൽ, ശുദ്ധജലം കിട്ടണമെങ്കിൽ ഞാൻ ജോലി ചെയ്യുന്ന കമ്പനി നിർമ്മിച്ച കടൽവെള്ളം ശുദ്ധീകരിക്കുന്ന ഡിസാലിനേഷൻ പ്ലാന്റ് പ്രവർത്തനക്ഷമമാക്കണം.

ഇമ്മാനുവലിന്റെ ആത്മമിത്രം പാസ്കൽ എന്ന മറ്റൊരു ഫ്രഞ്ചുകാരനാണ് മൗറീഷ്യസിലെ റിസോർട്ടിന്റെ പ്രൊജക്റ്റ് ഡയറക്ടർ എന്നും കൂട്ടത്തിൽ പറഞ്ഞു.

ചെറിയൊരു വൈമുഖ്യം ഞാൻ കാണിച്ചെങ്കിലും മൗറീഷ്യസിൽ പോകാനായി ആദ്യമായി വന്ന അവസരം എനിക്കും കൗതുകം നിറഞ്ഞതായിരുന്നു. യാത്രയ്ക്ക് സമ്മതം മൂളുന്ന കൂട്ടത്തിൽ

ഇമ്മാനുവലിനോട് ഒരഭ്യർത്ഥന വെച്ചു, ഒരു മാസം കഴിഞ്ഞുള്ള എന്റെ മകളുടെ ആദ്യ ജന്മദിനത്തിന് എനിക്ക് തിരിച്ചു ദുബായിൽ വരണമെന്ന്. രണ്ടുമൂന്ന് ആഴ്ച കഴിഞ്ഞാൽ എനിക്ക് തിരിച്ചു വരാനാകുമെന്നു പുഞ്ചിരിയോടെ ഇമ്മാനുവേൽ വാക്ക് തന്നു.

1999 മെയ് 15ന് ഞാൻ ബോംബെയിലേക്ക് യാത്ര തിരിച്ചു. ദുബായിൽ ആ കാലത്ത് മൗറീഷ്യസ് കോൺസുലേറ്റ് ഇല്ലാത്തതുകൊണ്ട് ബോംബെയിലുള്ള മൗറീഷ്യസ് കോൺസുലേറ്റിൽ പോയതിനു ശേഷം മാത്രമാണ് വിസ ലഭ്യമാകുക. വിസ ലഭിച്ച അന്നു തന്നെ തലസ്ഥാനമായ പോർട്ട് ലൂയിസിലേക്കുള്ള യാത്ര പുറപ്പെട്ടു. കേരളത്തിലെ ജൂൺമാസത്തിനോട് സാമ്യമുള്ള കാലാവസ്ഥയാണ് ഇവിടെയുള്ളത്.

പോർട്ട് ലൂയിസ് എയർപോർട്ടിൽ ഇറങ്ങാൻ തയ്യാറെടുക്കുന്ന വിമാനം മോശം കാലാവസ്ഥ കാരണം പല തവണ ശ്രമം തുടർന്നു. അല്പം വൈകിയാണെങ്കിലും പ്രതികൂല സാഹചര്യത്തിൽ ഒരു വിധം സുരക്ഷിതമായി വിമാനം ഇടിച്ചിറങ്ങി. പോർട്ട് ലൂയിസ് നഗരത്തിന്റെ മനോഹര കാഴ്ചകൾ കണ്ട് എയർപോർട്ടിൽ നിന്ന് താമസിക്കുന്ന വിലെമോ പ്ലാസിയ എന്ന ഹോട്ടലിലേക്കുള്ള യാത്ര തുടർന്നു. റോഡിന്റെ ഇരുവശങ്ങളിലും വളർന്നു പൊങ്ങിയ പച്ച

പോർട്ട് ലൂയിസ്, മൗറിഷ്യസ്

പുതച്ച കരിമ്പിൻതോട്ടങ്ങളിലൂടെ ആയിരുന്നു പിന്നീടുള്ള യാത്ര. കിലോമീറ്ററുകൾ നീണ്ട കരിമ്പിൻ പാടങ്ങൾ കാണുന്നതുതന്നെ നയനാനന്ദകരമായിരുന്നു.

കടൽത്തീരത്തിന് അഭിമുഖമായി നിർമ്മിച്ചിരിക്കുന്ന, രണ്ടുമുറികളുള്ള 21 കോട്ടേജുകളിൽ ഒന്നിലായിരുന്നു എന്റെ താമസം. ഇവിടെ നിന്ന് 15-20 നിമിഷം മാത്രം നടക്കാനുള്ള ദൂരത്തിലാണ് ഞാൻ അടുത്ത ദിവസം മുതൽ ജോലി ചെയ്യാനുള്ള പഞ്ചനക്ഷത്ര ഹോട്ടൽ സമുച്ചയം. ഞാൻ താമസിക്കുന്ന ഹോട്ടൽ വിലെമോപ്ലാസിയയിൽ ചെക്-ഇൻ കഴിഞ്ഞപ്പോൾ എന്നോട് രണ്ടു ദിവസത്തേക്ക് പുറത്ത് പോകരുതെന്നും അടുത്ത രണ്ടുദിവസത്തിനുള്ളിൽ ശക്തമായ ചുഴലിക്കാറ്റ് ഉണ്ടാകുമെന്നും പറഞ്ഞു.

ഏറെ താമസിയാതെ പൊതുജനങ്ങളെ അറിയിക്കാനായി മൈക്കിലൂടെ ദേശഭാഷയായ ക്രിയോളിലും പിന്നെ ഫ്രഞ്ച്, ഇംഗ്ലീഷ് എന്നീ ഭാഷകളിലും ഉച്ചഭാഷിണിയിലൂടെ ചുഴലിക്കാറ്റിന്റെ ആഗമനം അറിയിച്ചുകൊണ്ടേയിരുന്നു. കടലോരത്തുള്ള സ്വദേശികളുടെ വീടുകളുടെ മേൽക്കൂര ലോഹത്തകിടുകൾകൊണ്ടു നിർമ്മിച്ചതാണ്. ചുഴലിക്കാറ്റ് വരുന്ന വർഷങ്ങളിൽ ഇവ പറന്നു പോകുന്നതും അതു മൂലം സംഭവിക്കുന്ന വലിയ അപകടങ്ങളും ഇവിടെ സാധാരണമാണെന്ന് ഞാൻ താമസിക്കുന്ന ഹോട്ടൽ ജീവനക്കാരിൽ നിന്നും അറിഞ്ഞു. ആദ്യ ദിവസം ഈ ദ്വീപിലെ ജനങ്ങൾ പരമാവധി പുറത്തിറങ്ങാതെ ടിവിക്കു മുന്നിൽ ഇരുന്ന് ചുഴലിക്കാറ്റിന്റെ ദിശ യഥാസമയം മനസ്സിലാക്കിക്കൊണ്ടിരുന്നു.

നിർഭാഗ്യവശാൽ, രണ്ടാം ദിവസം ദ്വീപിന്റെ തീരത്തോട് ചേർന്നു പോയ ആ ചുഴലിക്കാറ്റ് സാരമായ നാശനഷ്ടങ്ങൾ വരുത്തിയാണ് കടന്നുപോയത്. പലപ്പോഴും ഭാഗികമായി തുറന്നടയ്ക്കുന്ന ഹോട്ടൽ ജനലിന്റെ പാളികളിലൂടെ ഞാനും ശക്തമായ മഴയോടൊപ്പമുള്ള ചുഴലിക്കാറ്റിന്റെ രൗദ്രഭാവം മുന്നിൽ കണ്ടു. തിരമാലകൾ ഉയർന്നു പൊങ്ങി താമസിക്കുന്ന കോട്ടേജിന്റെ പരിസരം ഏതാണ്ട് അരയ്ക്കൊപ്പം വെള്ളത്തിലായി. ചൂളം വിളിച്ചുള്ള ശക്തമായ കാറ്റിൽ വൃക്ഷശിഖരങ്ങളും തെങ്ങുകളും കട പുഴകി വീഴുന്നതും വല്ലാത്ത ഭയത്തോടെ വീക്ഷിച്ച മണിക്കൂറുകൾ. ഒടിഞ്ഞ മരക്കൊമ്പുകളും കടപുഴകിയ മരങ്ങളും കൊണ്ട് റോഡിലെ വാഹന ഗതാഗതം പൂർണ്ണമായി സ്തംഭിപ്പിച്ചു. ഇതെല്ലാം കണ്ട നാട്ടുകാർ പറയുന്നു ഇത്തവണ ഭാഗ്യം കൊണ്ട് സാരമായൊന്നും സംഭവിച്ചില്ലത്രെ! അവരുടെ അളവുകോലിലെ 'സാരം' ഇനിയും എത്രയോ അകലെയെന്നു തോന്നുന്നു, എല്ലാം ആപേക്ഷികമാണെന്ന് എനിക്കൊരു തിരിച്ചറിവും.

മൂന്നാം ദിവസം റിസോർട്ടിന്റെ പണി നടക്കുന്ന സൈറ്റ് ഓഫീസിൽ പാസ്കലിനെ കാണാനായി നേരത്തെ ഞാൻ ഓഫീസിൽ എത്തി. അദ്ദേഹത്തിന്റെ പേഴ്സണൽ സെക്രട്ടറി പദവി അലങ്കരിക്കുന്ന കറുത്തവർഗ്ഗക്കാരി, നീണ്ടുമെലിഞ്ഞ്, അല്പം പൂച്ചക്കണ്ണുള്ള മിസ് ചാൻ എന്ന യുവതിയെ കണ്ടു. കാഴ്ചയ്ക്ക് കേവലം 16–17 വയസ്സു തോന്നിക്കുന്ന പെൺകുട്ടിക്ക് എന്നെ പരിചയപ്പെടുത്തി. അവിചാരിതമായി എനിക്ക് നേരെ ഒരു പൊട്ടിത്തെറിയാണ് ഉണ്ടായത്. മറ്റൊരു ചുഴലികൂടി നേരിടാൻ ഞാനും അശക്തനായിരുന്നു. ഇവളൊരു കോപക്കാരിയാണെന്നു മനസ്സിലാക്കിയ ഞാൻ അല്പനേരത്തെ മൗനത്തിനുശേഷം കഴിഞ്ഞ രണ്ടു ദിവസം ഉണ്ടായ ചുഴലിക്കാറ്റൊന്നും നിങ്ങളറിഞ്ഞില്ലേയെന്ന് ആരാഞ്ഞു. എല്ലാം മിസ്റ്റർ പാസ്കലിനോട് തന്നെ പറഞ്ഞാൽ മതി എന്നും മുന്നിലെ കസേര ചൂണ്ടി അവിടെ ഇരിക്കാമെന്നും പറഞ്ഞു.

ബർമുഡ ട്രൗസറും സ്ലീവ് ലെസ്സ് ബനിയനുമാണ് ഈ കോപക്കാരിയുടെ വേഷം. ഇത്രയും ചെറുപ്രായത്തിൽ ഇത്രയും കോപത്തിന്റെ ചേതോവികാരമറിയാതെ പാസ്കലിന്റെ വരവിനായി കാത്തിരുന്നു. എയർപോർട്ടിൽ നിന്ന് നേരിട്ട് ഇവിടെ വന്ന് പാസ്കലിനെ കാണണം, അത് നടക്കാതിരുന്നതാണ് ഈ കോപത്തിന്റെ കാരണമെന്ന് പിന്നീട് മനസ്സിലായി.

പ്രൊജക്റ്റ് ഡയറക്ടറായ പാസ്കലിനെ വന്ന ഉടനെ പരിചയപ്പെട്ടെങ്കിലും ഇമ്മാനുവൽ പറഞ്ഞപോലുള്ള ഒരു വ്യക്തിയല്ലായിരുന്നു പാസ്കൽ. ബർമുഡ ട്രൗസറും പുള്ളിയുള്ള അരക്കയ്യൻ ഷർട്ടും തലയിൽ ഒരു കൗബോയ് തൊപ്പിയും ബൂട്ടും ധരിച്ചുള്ള ഇയാൾ എപ്പോഴും ഗൗരവക്കാരനും ക്ഷിപ്രകോപിയുമാണെന്നു മനസ്സിലായി. അദ്ദേഹത്തിന്റെ മുറിയുടെ വാതിലിനോട് ചേർന്ന് പുറത്തിരിക്കുന്ന മിസ്. ചാനിനോട് ഫ്രഞ്ച് ഭാഷയിലും ക്രിയോൾ ഭാഷയിലും അയാൾ സദാ ആക്രോശിച്ചുകൊണ്ടേയിരുന്നു.

എല്ലാ ദിവസവും രാവിലെ ഒമ്പതു മണിക്കുള്ള പ്രൊജക്റ്റ് പ്രോഗ്രസ്സ് മീറ്റിങ്ങിൽ വരണമെന്നും അല്ലാത്തപക്ഷം ഒരു മുന്നറിയിപ്പില്ലാതെ കോൺട്രാക്ട് ലംഘനത്തിന്റെ പരിണിതഫലങ്ങൾ ഉണ്ടാകുമെന്നും എനിക്ക് മുന്നറിയിപ്പ് തന്നു. എന്റെ മനസ്സിലെ പാസ്കലിന്റെ സ്ഥാനം ഒരു ഏകാധിപതിയായ മുരടനിലേക്കു താണു. മുറിയിൽ നിന്ന് പുറത്തേക്കു പോകുമ്പോൾ കോപാഗ്നി സ്ഫുരിക്കുന്ന മിസ്റ്റർ ചാനിനെ ഒരു നോക്കുനോക്കി. എനിക്ക് കിട്ടിയ കൂടിക്കാഴ്ചയുടെ ദുരനുഭവം എത്ര മോശമായിരിക്കുമെന്നറിയാവുന്ന അവൾ ഒരു മന്ദഹാസത്തോടെ എന്നെ നോക്കി.

അധികം വൈകാതെ പാസ്കലിനൊടൊപ്പം ഡിസാലിനേഷൻ പ്ലാന്റ് സ്ഥിതിചെയ്യുന്ന പ്ലാന്റ് റൂമിൽ കയറിയപ്പോൾ അക്ഷരാർത്ഥത്തിൽ ഞാൻ ഞെട്ടി. കൊടുത്തയച്ച കണ്ടെയ്നറുകൾ തുറക്കുക പോലും ചെയ്യാത്തതും യാതൊരു സംവിധാനങ്ങളും പൂർത്തിയാകാത്തതും കണ്ട് അസ്വസ്ഥനായ ഞാൻ, സദാ ഗൗരവക്കാരനായ പാസ്കലിനെ നോക്കി. അല്പനേരത്തെ മൗനത്തിനുശേഷം വല്ലാത്തൊരു നിസ്സംഗതയോടെ പാസ്കൽ എന്നെ നോക്കി അടിയന്തിരമായി ചെയ്തു തീർക്കേണ്ട പണികളുടെ ഒരു ലിസ്റ്റ് ഉണ്ടാക്കി മിസ്സ് ചാനിന്റെ കയ്യിൽ കൊടുക്കാൻ പറഞ്ഞു. എല്ലാ ദിവസവും രാവിലെയുള്ള മീറ്റിങ്ങിനുശേഷം ജോലിക്കാർക്ക് വേണ്ട നിർദ്ദേശങ്ങൾ കൊടുത്തതിനുശേഷം എനിക്ക് താത്പര്യമാണെങ്കിൽ മൗറീഷ്യസ് കാണാനായി പോകാമെന്നും അത് ജോലിയെ ഒരു തരത്തിലും ബാധിക്കരുതെന്നും പറഞ്ഞു. കൂട്ടത്തിൽ ഇമ്മാനുവേൽ നല്ല സുഹൃത്താണെന്നും അവർ ഈയിടെ സംസാരിച്ചെന്നും പറഞ്ഞു.

പിറ്റേ ദിവസം തന്നെ ആദ്യം നടക്കേണ്ട ജോലിയുടെ ഒരു നീണ്ട റിപ്പോർട്ട് മിസ് ചാൻ എന്ന് എല്ലാവരാലും വിളിക്കപ്പെടുന്ന 'കോപത്തിന്റെ മൂർത്തിക്ക്' ഞാൻ കൊടുത്തു.

ഇവിടെ ഒരു സംവിധാനങ്ങളും ചെയ്തിട്ടില്ലെന്നുള്ള യഥാർത്ഥ വിവരങ്ങൾ ഞാൻ ഇമ്മാനുവേലിനെ ധരിപ്പിച്ചു. ഈ പ്ലാന്റ് പ്രവർത്തനക്ഷമമാക്കി ഇവിടെനിന്നു തിരിച്ചു പോകുന്നത് 2-3 ആഴ്ചയിൽ നടക്കില്ലെന്നു മനസ്സിലായി. ദിവസങ്ങൾ ഓരോന്നായി കൊഴിഞ്ഞു വീണു. പാസ്കലിന്റെ ജോലിക്കാർ വാട്ടർ പ്ലാന്റിന്റെ പണികൾ തുടങ്ങിയെങ്കിലും ഇനിയും ഏറെ ജോലികൾ ബാക്കിയാണ്. ഇവിടെ വന്ന് 6-7 ദിവസങ്ങൾ കഴിഞ്ഞു, ഈ നാട് ചുറ്റിക്കാണാനുള്ള എന്നിലെ യാത്രികൻ ഉണർന്നു.

ഒന്ന്, രണ്ട് നൂറ്റാണ്ടുകൾക്കു മുൻപ് ഇവിടെയുള്ള കരിമ്പിൻ കൃഷിക്കായി ബിഹാറിൽനിന്നും തമിഴ്നാട്ടിൽനിന്നും ബ്രിട്ടീഷ്കാർ കൊണ്ടുവന്ന ഇന്ത്യൻ വംശജരും ആഫ്രിക്കയുടെ പല ഭാഗത്തു നിന്നുള്ള കറുത്ത വർഗ്ഗക്കാരുമാണ് ഈ ദ്വീപിലെ തദ്ദേശീയർ. മറ്റു പല വംശക്കാരും ഇവിടെ സ്ഥിരതാമസമുണ്ടെങ്കിലും അവർ, പിൽക്കാലത്തു വന്നവരും ഒരു ന്യൂനസമൂഹവുമാണ്.

പോർട്ട് ലൂയീസിലെ പാർലമെന്റ് ആസ്ഥാനവും മറ്റു പല പൗരാണിക മന്ദിരങ്ങളും കണ്ടതിനുശേഷം സന്ദർശകരുടെ എക്കാലത്തെയും പ്രിയ നഗരമായ ഗ്രാൻഡ്ബെയിലെക്ക് പോയി.

ജീവിതത്തിൽ ആദ്യമായി കുഞ്ഞൻ നീരാളിയെ കൊണ്ടുണ്ടാക്കിയ സാൻഡ്വിച്ച് കഴിച്ചത് ഈ ഗ്രാൻഡ്ബെയിൽ വെച്ചാണ്.

ഗ്രാൻഡ്ബെയിലെ കടൽത്തീരം

ഈ നീലക്കടലിനെ നോക്കിനിൽക്കുന്ന ആരെയും അതിന്റെ ആകർഷണവലയത്തിലേക്കു കൊണ്ടുപോകാനുള്ള മാസ്മരിക ശക്തിയുള്ള തീരങ്ങളാണിവിടെ. കടലിൽ സർഫിങ് ചെയ്യാനും ബോട്ടിൽ ഘടിപ്പിച്ച ഗ്ലൈഡറിൽ കയറാനും ഹോട്ട് എയർ ബലൂണിൽ കയറി ഉയർന്നുപൊങ്ങി നഗരം ചുറ്റാനും ഇത് കൂടാതെ മുങ്ങിക്കപ്പലിൽ കയറി ആഴക്കടലിലെ അത്ഭുതലോകം കാണാൻ പോകാനും പറ്റിയ സ്ഥലം.

ജോലിയുടെ ഭാഗമായുള്ള സന്ദർശനമായതുകൊണ്ടും അതിലുപരി എന്റെ പോക്കറ്റിന്റെ ശേഷിക്കുറവുകൊണ്ടും ഈ സന്ദർശനത്തിൽ ഇത്തരത്തിലുള്ള സാഹസിക വിനോദങ്ങൾ മനസ്സില്ലാമനസ്സോടെ മാറ്റി നിർത്തി.

ഞാൻ താമസിക്കുന്ന വിലെമോ പ്ലാസിയ ഹോട്ടലിൽ എല്ലാ ദിവസവും താമസക്കാർക്കായി കാലത്തു പതിനൊന്നു മണിക്ക് സ്നോർക്ലിങ്ങിനും കായാക്കിങ്ങിനും പോകാം. സ്നോർക്ലിങ്ങിന് ഞാൻ ഒരു സ്ഥിരം യാത്രികനായിരുന്നു. ലൈഫ് ജാക്കറ്റ് ധരിച്ചും

ശ്വാസത്തിനായി വായിൽ ഒരു പൈപ്പ് കടിച്ചു പിടിച്ചും കടൽപ്പരപ്പിൽ കമിഴ്ന്ന് കിടന്ന് അടിക്കടലിലെ കാഴ്ച കാണാം. കൂട്ടംകൂട്ടമായി നമുക്കും ചുറ്റും വരുന്ന പല വർണ്ണങ്ങളിലുള്ള ചെറുമീനുകളും മനോഹരമായ പൂന്തോട്ടങ്ങളെ അനുസ്മരിപ്പിക്കുമാറ് പൂത്തുലഞ്ഞു നിൽക്കുന്ന സസ്യലതാദികളും ഓളങ്ങൾക്കനുസരണമായി നീങ്ങുന്ന ഡോൾഫിൻകൂട്ടങ്ങളും അത്യഅപൂർവകാഴ്ചയാണ്.

വെള്ളിയാഴ്ചയാണ്, എല്ലാവരും കാത്തിരിക്കുന്ന കുതിരയോട്ട മത്സരം നടക്കുന്ന ദിവസം. ഉച്ചകഴിഞ്ഞാൽ ഈ ദ്വീപുകാരിൽ പലരും ജോലിസ്ഥലത്തുണ്ടാകില്ല, എല്ലാവരും കുതിരയോട്ടപ്പന്തയത്തിന്റെ വാതുവെപ്പിലായിരിക്കും. എല്ലാ വെള്ളിയാഴ്ച രാത്രികളും കടൽത്തീരങ്ങളിൽ വെളുക്കുംവരെയുള്ള ആഘോഷങ്ങളുടെ പരമ്പരയായിരിക്കും. താമസിക്കുന്ന റിസോർട്ടിലെ വെള്ളിയാഴ്ച അർരാത്രിയിലെ ട്രൈബൽ ഡാൻസ് എന്ന ഐറ്റം പുകൾപറ്റതാണ്. അല്പ വസ്ത്രധാരികളായ ഇരുപതിലേറെ തദ്ദേശീയരായ യുവാക്കളും യുവതികളുമടങ്ങുന്നവരുടെ 'ഫയർ ഡാൻസ്' എന്ന കലാരൂപം വാദ്യഘോഷത്തിന്റെയും മെയ്‌വഴക്കത്തിന്റെയും വശ്യഭാവങ്ങളുടെയും സമന്വയമാണ്. പലപ്പോഴും ശ്വാസമടക്കിപ്പിടിച്ചു കാണേണ്ടതാണ് ഈ ദൃശ്യാവിഷ്ക്കരണം. ഈ മാസ്മരിക കല, കടൽത്തീരങ്ങളിലെ തദ്ദേശവാസികളും വിദേശികളും രാത്രി പാട്ടും ഡാൻസും മറ്റു പല ഉന്മാദലഹരിയും ആസ്വദിച്ച് നേരം പുലരുംവരെ ആഘോഷിക്കുന്നത് വേറിട്ടൊരു കാഴ്ചയാണ്.

ഞാനും മിസ് ചാനും തമ്മിൽ പല കാര്യങ്ങളിലും തർക്കങ്ങൾ ഉണ്ടാകുമെങ്കിലും ഇത്രയും ചെറുപ്പത്തിൽ ഈ വലിയ കൺസ്ട്രക്ഷൻ സൈറ്റിലെ എല്ലാ കാര്യങ്ങളും പാസ്കലിന്റെ ഒരു നിഴൽ പോലെ നിന്ന് നോക്കി നടത്തുന്നതിലുള്ള കഴിവിനെ ഒരല്പം അസൂയയോടും അതിലേറെ ബഹുമാനത്തോടും ഞാൻ കണ്ടിരുന്നു. എനിക്ക് ഫ്രഞ്ച് ഭാഷ നന്നായി അറിയില്ലെന്ന് അറിഞ്ഞുകൊണ്ടു തന്നെ പലപ്പോഴും ഫ്രഞ്ച് ഭാഷയിലായിരുന്നു ആശയവിനിമയം. ഒരിക്കൽ എനിക്കറിയാവുന്ന 30-40 ഫ്രഞ്ച് വാക്കുകൾ ഒറ്റ ശ്വാസത്തിൽ പറഞ്ഞ് എന്റെ ഫ്രഞ്ച് ഭാഷാപരിജ്ഞാനം അറിയിച്ചപ്പോൾ, ഇതിൽ ഉൾപ്പെടാത്ത വാക്കുകൾ എന്നോട് പറയരുതെന്ന് താക്കീതും ചെയ്തു. മറ്റൊരർത്ഥത്തിൽ ഞാൻ സുല്ല് പറഞ്ഞു നിർത്തി. മിസ് ചാൻ ആദ്യമായി ചിരിച്ചു കണ്ടു.

ചെറിയ തെറ്റുകൾക്കു പോലും വലിയ ശിക്ഷ നൽകുന്ന പാസ്കലിനെ ഒരിക്കൽ മാത്രമാണ് ചിരിച്ചുകണ്ടത്. രാവിലെയുള്ള പ്രൊജക്റ്റ് പ്രോഗ്രസ്സ് മീറ്റിങ്ങിൽ പാസ്കലിന്റെ ആക്രോശത്തിനു

മുന്നിൽ ഒരു മാൻപേടപോലെ നിൽക്കുന്ന കോൺട്രാക്ടർ ഏറ്റവും ഭവ്യതയോടെ പാസ്കലിനെ നോക്കി മിസ്റ്റർ റാസ്കൽ എന്ന് അഭിസംബോധന ചെയ്ത സമയത്തായിരുന്നു അത്. എല്ലാവരും മീറ്റിങ്ങ് റൂമിനു പുറത്തു പാസ്കലിനെ 'റാസ്കൽ' എന്ന് മാത്രമാണ് പറഞ്ഞിരുന്നത്, അത് അയാൾക്കും അറിയാമായിരുന്നു. മിസ് ചാനിന്റെ കണ്ണുകൾക്ക് ചാരനിറമുള്ളതിനാൽ അവളുടെ പിതൃത്വംവരെ റാസ്കലിന്റെ പേരിലുള്ള കിംവദന്തിയിൽ പെടുന്നവയാണ്. പരദൂഷണത്തിന് ലോകത്തെവിടെയും ഭാഷയും ഭൂപ്രകൃതിയും ഒരു തടസ്സമല്ലെന്നറിഞ്ഞു.

ഞാൻ മൗറീഷ്യസിൽ വന്ന് മൂന്ന് ആഴ്ച കഴിഞ്ഞിരിക്കുന്നു, ഡിസാലിനേഷൻ പ്ലാന്റ് പ്രവർത്തനക്ഷമമാക്കാൻ ഇനിയും ജോലികൾ ബാക്കി. ഇമ്മാനുവേലിനെ വിളിച്ചു തിരിച്ചു പോക്കിന് തയ്യാറെടുത്തു, കൂട്ടത്തിൽ പാസ്കലിനോട് 2-3 ആഴ്ചയ്ക്കകം തിരിച്ചു വന്നു പ്ലാന്റ് പ്രവർത്തിപ്പിക്കാമെന്നും പറഞ്ഞു. ഈ വാർത്ത അറിഞ്ഞ മി. ചാൻ പെട്ടെന്ന് എന്നെ കാണാൻ പ്ലാന്റിൽ വന്നു. എന്നോട് ജോലി കഴിഞ്ഞുപോകുമ്പോൾ അവളെ നിർബന്ധമായും കാണണമെന്ന് പറഞ്ഞു. വിടർന്ന കണ്ണുകളോടും പുഞ്ചിരിക്കുന്ന മുഖത്തോടും ആദ്യമായാണ് അവരെ കാണുന്നത്. എന്നെ കണ്ടയുടനെ ഇപ്പോൾ തന്നെ തന്റെ കൂടെ വീട്ടിൽ വരണമെന്ന് പറഞ്ഞു. അല്പനേരം ആലോചിച്ചെങ്കിലും അവളുടെ നിർബന്ധത്തിനു വഴങ്ങി വരാമെന്നേറ്റു. മൂന്ന് കിലോമീറ്റർ നടക്കണമെന്നും തിരിച്ചു വരുമ്പോൾ സൈക്കിളിൽ കൊണ്ടുവന്നു വിടാമെന്നും പറഞ്ഞു. ഈ മനംമാറ്റത്തിന്റെ പൊരുളറിയാതെ നിസ്സംഗതയോടെ അവളെ അനുഗമിച്ചു.

നടത്തത്തിന്റെ വിരസത അകറ്റാൻ മിസ് ചാൻ സംസാരിച്ചു കൊണ്ടേയിരുന്നു. മൗറീഷ്യസിന് ഡോഡോ ലാൻഡ് എന്ന പേരുണ്ടെന്നും ഈ ദ്വീപിൽ മാത്രം ഉണ്ടായിരുന്ന താറാവിനോട് സാമ്യമുള്ള പറക്കാൻ പറ്റാത്ത ഒരു പക്ഷിയാണ് ഡോഡോ എന്നും അതിന് വംശനാശം വന്നെന്നും പറഞ്ഞു. കൂടാതെ, എന്റെ

വംശനാശം സംഭവിച്ച ഡോഡോ പക്ഷി

ഡോഡോ ലാൻഡിലെ ഒരു കാഴ്ച

കുടുംബത്തെപ്പറ്റി ചോദിച്ചു. കടൽത്തീരത്തോടു ചേർന്നുള്ള വഴിയിലൂടെ മൂന്ന് കിലോമീറ്ററിലധികം ഇതിനകം നടന്നു കഴിഞ്ഞിരുന്നു.

പ്രകൃതിരമണീയമായ ആ വഴിയിലൂടെ എത്ര നടന്നാലും മടുക്കില്ല. അസ്തമയസൂര്യന്റെ സ്വർണ്ണപ്രഭയിൽ മിന്നുന്ന ഓളങ്ങളും ശാന്തമായ കടലിലൂടെ കൊതുമ്പുവള്ളം തുഴഞ്ഞു പോകുന്ന സഞ്ചാരികളും തീരത്തേക്ക് പറക്കുന്ന പറവകളും വല്ലാത്ത ഒരു കാഴ്ചയായിരുന്നു. ചാനിന്റെ അണമുറിയാത്ത ചോദ്യങ്ങൾക്ക് ഉത്തരം കൊടുത്തും എന്റെ യാത്ര തുടർന്നു. പൈൻ മരങ്ങളും കാറ്റാടികളും നിറഞ്ഞ വഴികൾ താണ്ടിയും ഒറ്റയടിപ്പാതയ്ക്ക് ഇരുവശവും മൂത്തുപഴുത്ത മാതളനാരങ്ങ നിൽക്കുന്നതും കണ്ട് നടന്നു. കടലോരത്തോട് ചേർന്നു നിർമ്മിച്ചിരിക്കുന്ന ഒറ്റ വീട് ദൂരെ നിന്നേ കാണാമായിരുന്നു. ആ കാണുന്നതാണ് തന്റെ വീടെന്ന് പറഞ്ഞു ചാൻ നെടുവീർപ്പിട്ടു. വീടിനു പുറത്ത് ആരെയും കണ്ടില്ല, ബാഗിൽ നിന്ന് ചാവിയെടുത്തു വാതിൽ തുറന്നു എന്നോട് അകത്തേക്ക് വരാനായി ആംഗ്യഭാഷയിൽ പറഞ്ഞു.

വാതിൽ കടന്ന് അകത്തുവന്ന മുറിയിലെ കസേരയിൽ ഇരുന്ന് ഇനിയെന്ത് എന്ന ചിന്തയിലാണ്ടു. പെട്ടെന്നായിരുന്നു നിശ്ശബ്ദതയെ ഭഞ്ജിച്ചു ഒരു ചുമയും സൂര്യ എന്ന നീട്ടിവിളിയും കേട്ടത്. ഇത് കേട്ട ഞാൻ പെട്ടെന്ന് 'ക്വിസെ' എന്ന് ചോദിച്ചു പോയി. ഫ്രഞ്ച് ഭാഷയിലായിരുന്നു എന്റെ 'ആരാണത്' എന്നുള്ള ചോദ്യമെങ്കിലും മറുപടിയായി വടിവൊത്ത മലയാള ഭാഷയിലാണ് അവൾ 'അത് അച്ഛനാണ്' എന്ന് പറഞ്ഞത്.

ഒരു ഞെട്ടലോടെയാണ് അവർക്ക് മലയാളം അറിയാമെന്ന് അറിയുന്നത്. എന്റെ അങ്കലാപ്പ് കണ്ട് മതിയാവോളം ചിരിച്ചു. ശബ്ദം കേട്ട മുറിയിലേക്ക് എന്നെ വിളിച്ചു.

മുറിയിലേക്ക് കടക്കുന്നതിനു മുന്നേ തികഞ്ഞ ശാന്തതയോടെ, ഗാംഭീര്യത്തോടെ ഒരു ശബ്ദം "ജോയിയോട് ഇവിടെ വരാൻ പറയൂ."

"ഉവ്വ്, വന്നു." അല്പം തൊണ്ട ഇടറിയാണെങ്കിലും ഞാൻ മെല്ലെ പറഞ്ഞു.

നീണ്ട താടിയും തലമുടി, പോണി ടെയിൽ പോലെ കെട്ടിവച്ച് ഇയാൾ കിടക്കുകയാണ്, എഴുന്നേൽക്കാൻ ശക്തനല്ലെന്നു മനസ്സിലായി. ചാരനിറത്തിലുള്ള ഇയാളുടെ കണ്ണ് കണ്ടപ്പോൾ ചാനിന്റെ കണ്ണുകളുടെ രഹസ്യം വ്യക്തമായി. പക്ഷാഘാതമേറ്റ് കിടക്കുന്ന ഇയാളെ ഞാൻ സഹായിച്ച് അടുത്തുള്ള കസേരയിൽ ഇരുത്തി. എന്തെങ്കിലും ചോദിക്കുന്നതിനു മുന്നേ അയാൾ പറഞ്ഞു തുടങ്ങി, "ഞാൻ ചന്ദ്രൻ, ചന്ദ്രൻ പണിക്കർ. നാട് കൊല്ലംകോട്, പാലക്കാട്. ഇത് എന്റെ മകൾ സൂര്യ."

സൂര്യയോട് ചായ എടുക്കാൻ പറഞ്ഞു. വീടിന്റെ ഉമ്മറത്തുള്ള ചാരുകസേരയിൽ ഇരിക്കാനായി സഹായിക്കാൻ ആവശ്യപ്പെട്ടു. സാവധാനം ചാരുകസേരയിൽ ഇരുന്നതിനുശേഷം അയാൾ ചക്രവാളത്തിൽ നോക്കിയിരുന്നു. നീല പുതച്ച കടൽപ്പരപ്പിനെ ചുംബിക്കാൻ സ്വർണ്ണമുഖത്തോടെ അടുക്കുന്ന സൂര്യനെ നോക്കി, എന്റെ ചോദ്യങ്ങൾക്ക് കാത്തു നിൽക്കാതെ ആത്മഗതംപോലെ അദ്ദേഹത്തിന്റെ ഭൂതകാലം എന്നോട് പറയാൻ തുടങ്ങി.

ഏറെ വൈകി ഞാൻ ചന്ദ്രേട്ടനോട് യാത്ര പറഞ്ഞിറങ്ങുമ്പോൾ മനസ്സ് നിറയെ ഒരിക്കൽ പോലും കാണാത്ത ചന്ദ്രേട്ടന്റെ രേണു കടീച്ചറിന്റെ മുഖമായിരുന്നു. "കൊല്ലംകോട് പോകണം, തന്നാലാവുന്നതൊക്കെ ചെയ്യണം."

പടിയിറങ്ങുമ്പോൾ വിതുമ്പാൻ വെമ്പുന്ന കണ്ണുകളോടെ സൂര്യ പറഞ്ഞു "ചേട്ടൻ ഇനിയും ഇവിടെ വരണം."

ഒരു മകൾ ഒരച്ഛന്റെ ആഗ്രഹസഫലീകരണത്തിന് നടത്തുന്ന അപേക്ഷയായിരുന്നു അത്.

രണ്ട്

അവിടെ നിന്നിറങ്ങുമ്പോഴാണ് മുറ്റത്ത് കെട്ടിയുണ്ടാക്കിയ തുളസിത്തറ പുല്ലും മറ്റു പടലങ്ങളാലും കാടുപിടിച്ചുകിടക്കുന്നത് ശ്രദ്ധയിൽപ്പെട്ടത്. ഒറ്റയടിപ്പാതയിലൂടെ ഞാൻ താമസിക്കുന്ന ഹോട്ടലിനെ

ലക്ഷ്യമാക്കി നടന്നു. നിലാവെളിച്ചത്തിൽ ശാന്തമായ കടൽത്തീരത്തു കൂടി യാന്ത്രികമായി നടക്കുമ്പോഴും രേണുക ടീച്ചറുടെയും ചന്ദ്രേട്ടന്റെ ജീവിതത്തിന്റെ ഗതി തന്നെ മാറ്റിമറിച്ച മറ്റ് വ്യക്തികളുടെയും മുഖം തിരയുകയായിരുന്നു.

ദുബായിൽ തിരിച്ചെത്തിയ ഞാൻ മകളുടെ ജന്മദിനാഘോഷം കഴിഞ്ഞതിനുശേഷം കൊല്ലങ്കോടുള്ള ടീച്ചറെ എങ്ങനെ കണ്ടുപിടിക്കും എന്നുള്ള ചിന്തയിലായി. ദിവസങ്ങൾ ആഴ്ചകളിലേക്കും ആഴ്ചകൾ മാസത്തിലേക്കും നീണ്ടു. സൂര്യ, എന്നിലർപ്പിച്ച പ്രത്യാശയുടെ ഉത്തരവാദിത്തബോധം വേട്ടയാടാൻ തുടങ്ങി.

ഏകദേശം ആറ് ആഴ്ചകൾക്കപ്പുറം വീണ്ടും ഇമ്മാനുവേലിന്റെ സ്നേഹവായ്പോടുള്ള ഓർമ്മപ്പെടുത്തൽ വന്നു, മൗറീഷ്യസിലേക്കുള്ള രണ്ടാം യാത്രയ്ക്കായി. ഈ അവസരത്തിലാണ് അവിചാരിതമായി ബാംഗ്ലൂരിലുള്ള സെമി-കണ്ടക്ടർ സ്ഥാപനം സന്ദർശിക്കാനുള്ള ക്ഷണം വന്നത്. ഇമ്മാനുവേലിന് ഒരവസരം പോലും കൊടുക്കാതെ ബാംഗ്ലൂരിലേക്ക് പോകാനുള്ള എന്റെ സന്നദ്ധത ഞാൻ അറിയിച്ചു. ഈ യാത്രയിൽ ബാംഗ്ലൂരിലെ ഹ്രസ്വസന്ദർശനത്തിനുശേഷം നാട്ടിൽ പോകാമെന്നും പിന്നീട് കൊല്ലങ്കോട് പോകാനാകുമെന്നുള്ള ഉറച്ചവിശ്വാസത്തിൽ യാത്രയ്ക്കുള്ള ക്രമീകരണങ്ങൾ തുടങ്ങി.

ബാംഗ്ലൂരിലെ മീറ്റിങ്ങ് കഴിഞ്ഞു തിടുക്കത്തിൽ നാട്ടിലെത്തിയ ഞാൻ, അടുത്തദിവസം കൊല്ലങ്കോട് പോകാനുള്ള തയ്യാറെടുപ്പുകളും പൂർത്തീകരിച്ചു.

പിറ്റേന്ന് രാവിലെ ഏഴുമണിയോടെ യാത്ര തുടങ്ങി. കുന്നംകുളത്തെ ജെഡിഎസ് ഹൈസ്കൂളിൽ പഠിച്ചിരുന്ന പഴയ സഹപാഠി, ചാർളിയുമായി യാത്ര തുടർന്നു. ഞങ്ങൾ കാണുന്നത് മുപ്പത്തിനാലു വർഷങ്ങൾക്കു ശേഷമാണെങ്കിലും തലേരാത്രിയിൽ പാലക്കാടുവരെ പോകാൻ കൂട്ടുവരാൻ ആവശ്യപ്പെട്ടപ്പോൾ യാതൊരു മറുചോദ്യമില്ലാതെ സമ്മതിച്ചവനാണ് ചാർളി. പുസ്തകബൈൻഡിങ്ങും വീട്ടിൽ തന്നെ ചെറിയ പ്രിന്റിങ് പ്രസ്സും നടത്തുന്ന ചാർളി, മറ്റ് പല ബിസിനസ്സുകളും നടത്തുന്നുണ്ട്.

ജൂലൈ മാസത്തിലെ ഈ ദിവസം ഒരു നനഞ്ഞ തുടക്കമായിരുന്നു. ചാറ്റൽമഴ കനത്തതോടെ ഞങ്ങൾ യാത്ര ചെയ്യുന്ന ബസ്സിന്റെ ഇരുവശങ്ങളിലുമുള്ള ടാർപോളിൻ ശീലകൾ യാത്രക്കാർ താഴ്ത്തി. ഞാൻ ചാർളിയോട് കുശലം ചോദിച്ചു, പിന്നീട് ഈ യാത്രയുടെ ഉദ്യമം പങ്കുവെച്ചു. ചാർളിയുടെ മുഖത്ത് ഇപ്പോൾ വിരിയുന്ന ഭാവങ്ങൾ ബസ്സിലെ അരണ്ട വെളിച്ചത്തിൽ മനസ്സിലായില്ലെങ്കിലും ആ

രാത്രിയിൽ ചന്ദ്രേട്ടൻ എന്നോട് പങ്കുവെച്ച അദ്ദേഹത്തിന്റെ അതിജീവനത്തിന്റെ രത്നച്ചുരുക്കം പറഞ്ഞു തുടങ്ങി.

1980ൽ ഇംഗ്ലീഷ് സാഹിത്യത്തിൽ ബിരുദാനന്തര ബിരുദം കഴിഞ്ഞ ചന്ദ്രേട്ടൻ ഒരു പാരലൽ കോളേജിൽ അധ്യാപകനാകുന്നു.

കൊല്ലംകോടിനടുത്തുള്ള പഞ്ചായത്തിൽ വാർഡ് മെമ്പർ ആയിരുന്ന അയാൾ, ഒരു പ്രത്യേക രാഷ്ട്രീയ സാഹചര്യത്തിൽ സ്വതന്ത്ര സ്ഥാനാർത്ഥിയായി പഞ്ചായത്ത് പ്രസിഡന്റ് സ്ഥാനത്തേക്ക് നിർദ്ദേശിക്കപ്പെടുന്നു. ഇതിൽ കടുത്ത അമർഷമുള്ള ശരത് അടുത്ത ദിവസങ്ങളിൽ പഞ്ചായത്ത് ഓഫീസിൽ നടന്ന ഒരു കളവ് സാഹചര്യത്തെളിവുകളാൽ ചന്ദ്രേട്ടന്റെ നേരെ ആരോപിക്കപ്പെടുന്നതും ഉടൻ പൊലീസ് അറസ്റ്റ് ചെയ്യുമെന്നുള്ള അവസ്ഥയും ഉടലെടുക്കുന്നു.

ചന്ദ്രേട്ടന്റെ ഉറ്റമിത്രംപോലെ നടിക്കുന്ന ശരത്, തന്റെ ഗോവയിലെ അമ്മാവൻ ജോലിചെയ്യുന്ന ഹോട്ടലിലേക്ക് ചന്ദ്രേട്ടനെ മാറ്റാനുള്ള എല്ലാ തയ്യാറെടുപ്പുകളും അതീവ രഹസ്യമായി ചെയ്യുന്നു. സുരക്ഷിതമായി അദ്ദേഹത്തെ ഗോവയിൽ എത്തിക്കുന്നു. ചന്ദ്രേട്ടന്റെ പ്രണയസഖി രേണുക അയൽവാസിയാണെങ്കിലും പെട്ടെന്നുള്ള ഈ സംഭവവികാസങ്ങളിൽ താൻ നിരപരാധിയാണെന്നു രേണുകയോട് ഒരിക്കൽ പോലും നേരിൽകണ്ടു പറയാനോ പന്ത്രണ്ടു മാസത്തിനു ശേഷം ശരത് പറഞ്ഞപോലെ എല്ലാ സത്യവും എല്ലാവർക്കും ബോദ്ധ്യമായതിനു ശേഷം തിരിച്ചു വരുമെന്നും പറയാൻ കഴിയാതെ ചന്ദ്രേട്ടൻ നാടുവിടുന്നു.

ഗോവയിലെ ഹോട്ടലിൽ ജോലിയിൽ പ്രവേശിച്ച ചന്ദ്രേട്ടന്റെ ഏകബന്ധം ശരത് ആയിരുന്നു. നാട്ടിലെ അവസ്ഥ ദിനംപ്രതി വളരെ മോശമായി തുടരുകയാണെന്നും നാട്ടിലെ ആരുമായും യാതൊരു ബന്ധവും പാടില്ലെന്നും നിഷ്കർഷിച്ച ശരത്തിന്റെ വാക്കുകളെ അനുസരിച്ച് മാസങ്ങൾ ആറു കടന്നുപോകുന്നു. അപ്രതീക്ഷിതമായാണ് ബോംബേയിലുള്ള മറ്റൊരു സുഹൃത്തിലൂടെ നാട്ടിലെ യഥാർത്ഥ അവസ്ഥ ചന്ദ്രേട്ടൻ ഒരു ഞെട്ടലോടെ മനസ്സിലാക്കുന്നു. മാനസികമായി തകർന്നു പോകുന്നു.

ചന്ദ്രേട്ടൻ നാട്ടിൽനിന്നു പോയതിനുശേഷം പഞ്ചായത്തു പ്രസിഡന്റായി രാഷ്ട്രീയ പിൻബലത്തോടെ ശരത് തിരഞ്ഞെടുക്കപ്പെടുന്നു.

ഏറെക്കാലമായി മനസ്സിൽ കൊണ്ടുനടക്കുന്ന വിവാഹാലോചനയുമായി ശരത്, രേണുകടീച്ചറെ പല തവണ സമീപിച്ചിരുന്നു. ഓരോ തവണയും രേണുക ടീച്ചർ ആവശ്യം നിരാകരിച്ചെങ്കിലും ശരത്തിൽ അത് പകയായി വളരുന്നു. ഇത്രയും അറിഞ്ഞ ചന്ദ്രേട്ടന്,

ഉറ്റ സുഹൃത്തിന്റെ കാപട്യത വൈകി മനസ്സിലാകുന്നു. താൻ ചതിക്കപ്പെട്ടതാണെന്നും ഉറ്റമിത്രം ഒരുക്കിയ തിരക്കഥയിൽ അഭിനയിക്കേണ്ടി വന്ന ഒരു അഭിനേതാവ് മാത്രമാണ് താനെന്ന് മനസ്സിലാകുന്നു. പിന്നീടുള്ള ദിവസങ്ങളും മാസങ്ങളും ഒരു മരവിപ്പിന്റേതായി മാറുന്നു.

ഗോവൻ ഹോട്ടലിൽ ഫ്രാൻസിൽനിന്നുള്ള വിദേശ സഞ്ചാരികളുടെ കൂട്ടത്തിലായിരുന്നു ഫ്രഞ്ചുകാരൻ പാസ്കലും അയാളുടെ ഗേൾ ഫ്രണ്ട് റഷ്യൻ വംശജയായ യൂലിയയും ആ ഹോട്ടലിൽ വരുന്നത്. ഇംഗ്ലീഷ് ഭാഷ നല്ലപോലെ സംസാരിക്കുന്ന ചന്ദ്രേട്ടൻ ഈയിടെയാണ് ഫ്രഞ്ച് ഭാഷാപഠനം തുടങ്ങിയത്. പാസ്കലുമായി നല്ല ബന്ധം പുലർത്തിയ ചന്ദ്രേട്ടന് മൗറീഷ്യസിലുള്ള ഹോട്ടലിൽ പാസ്കൽ ജോലി വാഗ്ദാനം ചെയ്യുന്നു. നാട്ടിലെ യാഥാർത്ഥ്യങ്ങൾ മനസ്സിലാക്കിയ ചന്ദ്രേട്ടൻ ഒരു മാറ്റം ആത്മാർത്ഥമായി ആഗ്രഹിക്കുന്നു.

രണ്ടു മാസത്തിനു ശേഷം പാസ്പോർട്ട്, വിസ, വിദേശ യാത്രയ്ക്കുവേണ്ട എല്ലാ ക്രമീകരണങ്ങളും പൂർത്തിയാക്കുന്നു. മൗറീഷ്യസിലേക്കുള്ള ആ യാത്ര ഇന്ത്യയ്ക്ക് പുറത്തുപോകുന്ന ചന്ദ്രേട്ടന്റെ കന്നിയാത്രയായിരുന്നു. പാസ്കലിന്റെ ജോലി എഞ്ചിനീയറിങ് ഡിപ്പാർട്ട്മെന്റിലും ചന്ദ്രേട്ടൻ ഗസ്റ്റുകളെ സ്വാഗതം ചെയ്യുകയും മറ്റ് ഓഫീസ് സംബന്ധമായ ജോലിയുമായി സന്തോഷദിനങ്ങൾ അദ്ദേഹത്തിന്റെ ജീവിതത്തിലേക്ക് വീണ്ടും വിരുന്നു വരുന്നു.

ഈ അവസരത്തിലാണ് അതേ ഹോട്ടലിലേ ഫ്രണ്ട് ഓഫീസിലെ കരോലിൻ എന്ന സുന്ദരിയായ മൗറീഷ്യസ് യുവതിയെ പരിചയപ്പെടുന്നതും അവളുടെ സഹായത്തോടെ ക്രിയോൾ ഭാഷാപഠനം തുടങ്ങിയതും. ഭാഷ പഠനം വളർന്നു വളർന്ന് പിന്നീടത് പ്രണയത്തിന്റെ പാതയിലും ഭാഷയിലുമായി. ഇവരുടെ പ്രണയം അനുദിനം തഴച്ചു വളർന്നു. അതിന്റെ പാരമ്യതയിലാണ് ചന്ദ്രേട്ടൻ കരോലിനിലൂടെ ഒരച്ഛനാകാൻ പോകുന്നു എന്ന വാർത്ത അറിയുന്നത്. കരോലിന് വ്യക്തമായ പ്ലാൻ ഉണ്ടായിരുന്നു. ഉദരത്തിലേ കുഞ്ഞിന്റെ വളർച്ച മുപ്പത്തിനാല് മാസം കഴിഞ്ഞാണ് ചന്ദ്രേട്ടൻപോലും കരോലിൻ നിന്ന് അറിയുന്നത്. ഈ ദ്വീപിലെ വ്യവസ്ഥാപിതമായ രീതിയനുസരിച്ചും കരോലിന്റെ കൃത്യതയാർന്ന ഇടപെടലും കാരണം ചന്ദ്രേട്ടന്റെ പാസ്പോർട്ട് ലോക്കൽ ഗവൺമെന്റ് ഏജൻസി കൈക്കലാക്കി. അടുത്ത ഇരുപത്തിമൂന്ന് ആഴ്ചയ്ക്കുള്ളിൽ അവരുടെ നിയമപരമായ വിവാഹ ഉടമ്പടി നിലവിൽ വരുകയും ചെയ്തു. രേണുക ടീച്ചറെ മനസ്സിൽ കൊണ്ടുനടക്കുകയും അവർ ഒരുമിച്ചു നെയ്ത ഭാവിസ്വപ്നങ്ങളും ഈ ഒരു സംഭവവികാസത്തോടെ

വീണുടഞ്ഞു. ഈ വിവാഹം കരോലിന്റെ രണ്ടാം വിവാഹമാണെന്നുപോലും അറിഞ്ഞത് വിവാഹ ഉടമ്പടി കഴിഞ്ഞ് ഏതാനും ആഴ്ചകൾക്കു ശേഷമാണ്. താൻ വീണ്ടുമൊരു പ്രതിസന്ധിയിലായെന്ന് മനസ്സിലാക്കിയ ചന്ദ്രേട്ടന്റെ ദാമ്പത്യം, എന്നും കലുഷിതമായിരുന്നു. കുഞ്ഞു പിറന്നപ്പോൾ തനിക്ക് ഏറെ ഇഷ്ടമുള്ള സൂര്യ എന്ന പേര് നിർദ്ദേശിച്ചപ്പോഴും കരോലിന് ഇഷ്ടമായില്ല. പ്രണയത്തിലായിരുന്ന രേണുക പലപ്പോഴായി അവരുടെ കുഞ്ഞിന് തിരഞ്ഞെടുത്ത പേരായിരുന്നു സൂര്യ. കരോലിന്റെ നിർബന്ധത്തിനു വഴങ്ങി സാൻഡ്ര എന്ന പേര് നൽകുകയും പിന്നീട് സാൻഡ്ര ചന്ദ്രൻ എന്ന മുഴുവൻ പേര് ലോപിച്ച് ലോപിച്ച് മിസ് ചാൻ, ആയിമാറുകയും ചെയ്തത്. സാന്ദ്ര എന്ന സൂര്യയ്ക്ക് നാലു വയസ്സ് മാത്രം പ്രായമുള്ളപ്പോൾ കരോലിൻ പുതിയ മേച്ചിൽപ്പുറങ്ങൾ തേടി ഈ ദാമ്പത്യം അവസാനിപ്പിച്ച് പോയി.

ആദർശധീരനും തികഞ്ഞ ഗാന്ധിയനുമായ മുത്തച്ഛന്റെ പേരക്കുട്ടിക്ക് ജീവിതത്തിലെ എല്ലാ വെല്ലുവിളികളും ധീരമായി നേരിടാനുള്ള നിശ്ചയദാർഢ്യവും ധൈര്യവും ഉണ്ടായിരുന്നു. പിന്നീടൊരു വിവാഹത്തെക്കുറിച്ച് ആലോചിക്കാതെ സൂര്യയേയും വളർത്തി ജീവിതം മുന്നോട്ടുപോയി. സൂര്യയ്ക്ക് 17 വയസ്സ് കഴിഞ്ഞു.

കഴിഞ്ഞ മുപ്പത്തിനാലു വർഷമായി ക്യാൻസറിനോട് നിരന്തരം പൊരുതിയ യൂലിയ, പാസ്കലിനെ തനിച്ചാക്കി പോയത് ഏതാണ്ട് ആറ് മാസങ്ങൾക്കു മുൻപാണ്. അവർക്കു മക്കളില്ലായിരുന്നു. കഴിഞ്ഞു പോയ രണ്ടു വർഷവും ചന്ദ്രേട്ടന്റെ രക്തമായിരുന്നു പല സന്ദർഭങ്ങളിലും യൂലിയയ്ക്ക് കൊടുത്ത് ജീവൻ നിലനിർത്തിയത്. പാസ്കലും ചന്ദ്രേട്ടനും തമ്മിലുള്ള ആത്മാർത്ഥ ബന്ധം ഒന്നിനും പകരമാകില്ലായിരുന്നു.

നാലു മാസങ്ങൾക്കു മുൻപ് യൂലിയയുടെ മാതാപിതാക്കളെ കാണാൻ പാസ്കൽ പോളണ്ടിലേക്കു പോയപ്പോൾ, ഹോട്ടലിന്റെ പണിനടക്കുന്ന രണ്ടാം നിലയിൽ നിന്ന് താഴേക്ക് വീണ് അപകടം പറ്റിയാണ് ചന്ദ്രേട്ടൻ കിടപ്പിലായത്. ആന്തരിക അവയവങ്ങൾക്ക് സാരമായ ക്ഷതം സംഭവിച്ചതിനാൽ പരസഹായം കൂടാതെ എഴുന്നേൽക്കുകപോലും അസാധ്യമായിരുന്നു. ഞാൻ ആദ്യം കരുതിയപോലെ പക്ഷാഘാതത്തിന്റെ പരിണിത ഫലമായിരുന്നില്ല ആ കിടപ്പ്.

കണ്ടക്ടർ വന്ന് അടുത്ത ബസ്സ്റ്റോപ്പ് കൊല്ലംകോടാണ് എന്ന് പറഞ്ഞപ്പോഴാണ് ടാർപോളിൻ പൊക്കി പുറത്തേക്കു നോക്കിയത്, മഴ ഇപ്പോഴും തുടരുന്നു. ചാർളിയും ഞാനും തിടുക്കത്തിൽ ബസ്സിൽ നിന്നിറങ്ങി, ഇനി എങ്ങോട്ടു പോകുമെന്നുള്ള ആലോചനയിൽ

തെളിഞ്ഞു വന്നത് മുന്നിലുള്ള ചായക്കടയായിരുന്നു. നാടൻ ദോശയും ചൂടുള്ള ചായയും കഴിച്ചു കഴിഞ്ഞപ്പോൾ ഇനിയുള്ള കർമ്മത്തിന് ഊർജ്ജവും വ്യക്തമായ ദിശാബോധവുമുണ്ടായി.

ഈ നേരമത്രയും ചാർളി നിശ്ശബ്ദമായി എല്ലാം കേട്ടതിന് ശേഷം എന്നെ അടിമുടി നോക്കി, തനി കുന്നംകുളത്തുകാരനായി ഒരു ചോദ്യം.

“നെനക്കു വേറെ പണിയൊന്നൂല്ലേ. ഇതിനൊരു പൈങ്കിളി നോവലിന്റെ ഒരു ചുവയും ചേരുവകയും ഉണ്ടല്ലോ?”

“ശരിയാണ്, എനിക്ക് ഈ യാത്ര തീർച്ചയായും ഒഴിവാക്കാമായിരുന്നു.” ഞാൻ ചാർളിയോടായി തുടർന്നു; “ചന്ദ്രേട്ടന്റെ നാല്പതു വർഷത്തെ നീറുന്ന ഗതകാലമാണ് ആ രാത്രിയിൽ അഞ്ചു മണിക്കൂർ സമയമെടുത്ത് എന്നോട് പറഞ്ഞത്. ഞാൻ കേവലം മുപ്പതു നിമിഷത്തിനുള്ളിൽ ഇതെല്ലാം നിന്നോട് പറഞ്ഞപ്പോൾ ഒരു പക്ഷേ ബന്ധങ്ങളുടെ തീവ്രതയും നൈസർഗ്ഗികതയുടെ ഗന്ധവും കുറഞ്ഞിരിക്കും. അല്ലെങ്കിൽ ഇല്ലാതിരിക്കാം. ആ രാത്രിയിൽ സൂര്യ, ഞങ്ങൾക്കായി അത്താഴം കൊണ്ടുവന്നപ്പോഴും അദ്ദേഹം താൻ

പാലക്കാടൻ കരിമ്പനക്കൂട്ടങ്ങൾ

പിന്നിട്ട ജീവിതത്തിന്റെ കയ്പേറിയ ദിനങ്ങളുടെ സ്മരണയിലാ യിരുന്നു. ചാരനിറത്തിലുള്ള ആ കണ്ണിൽ ഒരിക്കലും നൈരാശ്യമോ അധരങ്ങളിൽ മറ്റുള്ളവർക്കെതിരായ പരിഭവങ്ങളോ ഇല്ലായിരുന്നു. ഒരുപക്ഷേ എന്റെ സന്ദർശനം അദ്ദേഹത്തിന് താനാഗ്രഹിച്ച ജീവിത ത്തിലേക്കു കയറിവരാനുള്ള ഒരു കച്ചിത്തുരുമ്പായിരിക്കും. കല്യാണം കഴിക്കാതെ ഇത്രയും കാലം രേണുക ടീച്ചർ, ചന്ദ്രേട്ടന്റെ തിരിച്ചു വരവിനായി വേണ്ടിമാത്രം കാത്തിരിക്കുന്നെങ്കിൽ നമ്മൾ അവരെ കണ്ടെത്തണം, അത്രയ്ക്കെങ്കിലും എനിക്ക് ചെയ്യണം."

ഇത്രയും കേട്ടപ്പോൾ ചാർളിയും പൂർണ്ണപിന്തുണ തന്നു.

കൊല്ലംകോടും ഈ ദേശത്തിന്റെ പ്രാന്തപ്രദേശങ്ങളിലുമുള്ള മലയാളം, ഇംഗ്ലീഷ്, സർക്കാർ, അർദ്ധസർക്കാർ സ്കൂളുകളിലും പോകാനായി തീരുമാനിച്ചു. ഓട്ടോറിക്ഷ ഡ്രൈവറുടെ സഹായ ത്തോടെ എട്ട് സ്കൂളുകളിൽ ഞങ്ങളെത്തി, പക്ഷേ ആർക്കും രേണുക ടീച്ചറെ അറിയില്ല, പലരും ആ പേരിലുള്ള ടീച്ചറെ ഈ നാട്ടിലൊന്നും കേട്ടിട്ടുപോലുമില്ല. നീണ്ട പാടശേഖരങ്ങളിലൂടെയും കരിമ്പനക്കൂട്ട ങ്ങളിലൂടെയും നടന്നു. ചില സ്കൂളിൽ ചന്ദ്രേട്ടനെ അറിയുന്നവർ ഉണ്ടായിരുന്നു. അവർക്കെല്ലാം കേൾക്കേണ്ടതും ഞങ്ങൾക്ക് അറി യേണ്ടതും വ്യത്യസ്ത വ്യക്തികളായതിനാൽ വിശദീകരണങ്ങൾ ഒഴിവാക്കി, ഒരു തരത്തിൽ അടുത്ത സ്കൂളിലെത്താനുള്ള തന്ത്ര പ്പാടിൽ യാത്ര തുടർന്നു. എല്ലാ സ്കൂളിലും വീട്ടിലെ ഫോൺ നമ്പർ കൊടുത്തു. എന്തെങ്കിലും വിവരം കിട്ടുകയാണെങ്കിൽ അറിയിക്കാ നായി പറഞ്ഞു. എന്നാൽ നിരാശയോടെ ഞങ്ങൾ മടങ്ങി.

ശരത് എന്ന പഴയ പഞ്ചായത്തു പ്രസിഡന്റ് ഇവിടെ അറിയുന്നത് കോൺട്രാക്ടർ ശരത് എന്നാണെന്നും കൊല്ലംകോടും പാലക്കാടും കടന്ന് കൊച്ചി ആസ്ഥാനമാക്കിയുള്ള വലിയ ഡെവലപ്പർ എന്ന പേരിലാണത്രെ അയാൾ ഇപ്പോൾ അറിയപ്പെടുന്നത്. വിധി പല പ്പോഴും അങ്ങനെയാണ്, ദുഷ്ടന്മാരെ ദൈവം പന പോലെ വളർത്തും.

രാത്രി എട്ടു മണിയോടെ വീട്ടിൽ തിരിച്ചെത്തി അമ്മയോട് ആദ്യം അന്വേഷിച്ചത് എത്ര ഫോൺ കാളുകൾ ഉണ്ടെന്നായിരുന്നു. കഴിഞ്ഞ രണ്ടു ദിവസമായി മഴ കാരണം ഫോൺ പണി മുടക്കിയിരിക്കുക യാണെന്നറിഞ്ഞപ്പോൾ എല്ലാ പ്രതീക്ഷയും അസ്തമിച്ചു. അത്താഴം കഴിഞ്ഞ് കിടക്കാനൊരുങ്ങുമ്പോഴായിരുന്നു, അപ്രതീക്ഷമായി ഫോൺ ശബ്ദിക്കുന്നത്. മറുതലയ്ക്കൽ ഒരു പതിഞ്ഞ സ്ത്രീ ശബ്ദ മായിരുന്നു, ഞാൻ ഉടനെ രേണുക ടീച്ചറല്ലേയെന്നു ചോദിച്ചു.

അല്ലെന്നും എന്നാൽ നിങ്ങൾ അന്വേഷിക്കുന്ന ടീച്ചർ ഞാനാ ണെന്നും പറഞ്ഞു. ചന്ദ്രേട്ടനെ അറിയുമോ എന്ന് ചോദിച്ചപ്പോൾ മൗനം ആയിരുന്നു ഉത്തരം. മൗറീഷ്യസിൽ ഞാൻ അദ്ദേഹത്തെ

കണ്ടുമുട്ടിയതും അദ്ദേഹവുമായി പങ്കുവെച്ച എല്ലാ കാര്യങ്ങളും ചാർളിയോട് പറഞ്ഞപോലെ ആവർത്തിച്ചു. വീണ്ടും നീണ്ട മൗനം.

പതിഞ്ഞ ശബ്ദത്തിൽ അവർ പറഞ്ഞു തുടങ്ങി, “നിങ്ങൾ വന്ന ഒരു സ്കൂളിന്റെ ടീച്ചേഴ്സ് റൂമിൽ ഞാൻ കൂടിയുള്ളപ്പോഴായിരുന്നു നിങ്ങൾ വന്നത്. എന്ത് ചെയ്യണമെന്നറിയാതെ വീർപ്പുമുട്ടിയാണ് നിങ്ങളെ വിളിക്കുന്നത്. ചന്ദ്രേട്ടനും എന്റെ വീട്ടുകാരും മാത്രം എന്നെ വിളിക്കുന്ന പേരാണ് രേണുക എന്നും യഥാർത്ഥ പേര് ശാലിനി എന്നുമാണ്. എന്നെ അന്വേഷിച്ച് ഇനി ഒരിക്കലും ഈ സ്കൂളിൽ വരരുത്. കൂടാതെ ഇപ്പോൾ എനിക്ക് രണ്ടു മക്കളുമുണ്ട്. മനസ്സ് നിറയെ ചന്ദ്രേട്ടന്റെ ഓർമ്മകളാണ്. പാലക്കാടുള്ള ഒരു കടയിൽ ഒരു പാക്കറ്റ് നാളെ കൊടുക്കും. അത് ചന്ദ്രേട്ടനെ ഏൽപ്പിക്കണം.” അവർ വിതുമ്പിക്കരഞ്ഞുകൊണ്ട് അപേക്ഷിച്ചു.

ഞാൻ തനിച്ച് പിറ്റേദിവസം രാവിലെ വീണ്ടും പാലക്കാട് പോയി പാർസൽ കൈപ്പറ്റി. ചാർളിയെ കൂടെ കൂട്ടിയില്ല. മിൽസ് ആന്റ് ബൂൺ പ്രസാധകരായുള്ള ഒരു ഇംഗ്ലീഷ് പ്രണയനോവലും ചന്ദ്രേട്ടന്റെ കൈപ്പടയിലുള്ള കുറേ മലയാള കവിതകളും. പത്തിലേറെ കവിതകൾ, ഓരോന്നും ഇതുവരെ നടന്ന ചന്ദ്രേട്ടന്റെ ജീവിതമാണെന്ന് തോന്നുമാറുള്ള പ്രണയ, വിരഹ, വികാരങ്ങൾ നിറഞ്ഞ രചനകൾ.

‘ഈ വിശ്വത്തിൽ നീയെനിക്കാരാണ് രേണുകേ...’ എന്ന് തുടങ്ങുന്ന പല കവിതയുടെയും അവസാന ഭാഗം തീർത്തും നിരാശയുടെയും വേർപാടിന്റേയും സത്തയുള്ള ഒ.എൻ.വിയുടെ ഈ വരികളുമുണ്ട് കൂട്ടത്തിൽ.

‘നീയെന്റെ രസനയിൽ വയമ്പും
നറുതേനുമായെത്തിയ ഒരത്യാനുഭൂതി!
നീയെന്റെ തിരികെടും നേരത്തു
തീർത്ഥഗണമായലിയുന്നോരന്ത്യാനുഭൂതി...’

രണ്ടുദിവസത്തിനുശേഷം അഞ്ഞൂരിലെ വീട്ടിൽ നിന്നും ബോംബെ വഴി ഞാൻ മൗറീഷ്യസിൽ എത്തി. എത്രയും പെട്ടെന്ന് ചന്ദ്രേട്ടനെ കാണണം, അതിനു മുന്നേ സൂര്യയോട് ഞാൻ രേണുകടീച്ചറെ കണ്ടെന്നും അവർ ഇപ്പോൾ ഒരു കുടുംബമായി താമസിക്കുന്നുവെന്നും ചന്ദ്രേട്ടന്റെ ജീവിതത്തിലേക്ക് അവർക്ക് ഇനിയൊരിക്കലും വരാൻ സാധ്യമല്ലെന്നും പറയണം. എനിക്ക് തന്ന നോവലും പ്രണയകവിതകളുടെ ശേഖരവും കൈമാറണം. ഇത് അറിയുമ്പോൾ ചന്ദ്രേട്ടന്റെ മാനസികാവസ്ഥ എന്താകുമെന്നറിയില്ല. എല്ലാ പ്രതീക്ഷകളും അസ്തമിച്ചതായി അദ്ദേഹം കരുതുമോ?

ഞാൻ അന്ന്, ആ രാത്രിയിൽ ചന്ദ്രേട്ടനോട് യാത്ര ചോദിച്ച് ഇറങ്ങുമ്പോൾ, ഒരാത്മഗതംപോലെ ജ്യോതിഷത്തിന്റെ സംസ്കൃത ഭാഗം ചൊല്ലി പറഞ്ഞതോർക്കുന്നു. "മൂന്നാം ശനിയുടെ അവസാന പാതം, ഏഴര ശനിയും കൂടാതെ മറ്റെല്ലാ നക്ഷത്രങ്ങളും ഏറ്റവും മോശമായ സ്ഥാനങ്ങളിൽ. ഈ വരുന്ന നാലു മാസങ്ങളും കടന്നു പോകണം. ഇതാണെന്റെ ജീവിതയാത്ര, ഞാൻ എന്റെ ജീവിത വഴിയിലൂടെ നടന്നേ പറ്റൂ. അതിനുള്ള ആത്മാർത്ഥ പ്രാർത്ഥനയി ലാണിപ്പോൾ." ചന്ദ്രേട്ടൻ പറഞ്ഞു നിർത്തി.

പോർട്ട് ലൂയിസ് എയർപോർട്ടിൽനിന്നു വിലമോ പ്ലാസിയയിൽ പോകാതെ നേരെ പോയത് ഡിസാലിനേഷൻ പ്ലാന്റ് സ്ഥിതി ചെയ്യുന്ന സൈറ്റിലേക്കായിരുന്നു. പിന്നീട് മിസ് ചാൻ എന്ന സൂര്യയെ കാണാ നായി പോയി. മിസ് ചാൻ അന്ന് ലീവ് ആണെന്നും മിസ്റ്റർ പാസ്കൽ, പ്രൊജക്റ്റ് പ്രോഗ്രസ് മീറ്റിംഗ് കഴിഞ്ഞ ഉടനെ പുറത്തുപോയെന്നും അറിഞ്ഞു. സൂര്യയ്ക്ക് ഒരു സർപ്രൈസ് കൊടുക്കാൻ ശ്രമിച്ച ഞാൻ വിജയം കാണാതെ വിലമോ പ്ലാസിയയിലേക്ക് പോയി. പിറ്റേ ദിവസം ഞായറാഴ്ചയതുകൊണ്ട് ഹോട്ടലിൽ തന്നെ റസ്റ്റ് എടുത്തു. ചന്ദ്രേട്ടന്റെ വീട്ടിൽ പോകാൻ പലപ്പോഴും തുനിഞ്ഞെങ്കിലും സൂര്യ യോടു മാത്രമായി നടന്നതെല്ലം പറയാതെ ചന്ദ്രേട്ടനെ എങ്ങനെ അഭിമുഖീകരിക്കും എന്നാലോചിച്ചു പിറ്റേ ദിവസം ഹോട്ടലിൽ വരു മ്പോൾ കാണാമെന്നുള്ള തീരുമാനത്തിലെത്തി.

പിറ്റേദിവസം ഡിസാലിനാഷൻ പ്ലാന്റിൽ പോയതിനുശേഷം സൂര്യയെ കാണാൻ പോയപ്പോഴും അവർ അവിടെയില്ല. ഇന്നാദ്യ മായി പാസ്കൽ പ്രോഗ്രസ്സ് മീറ്റിങ്ങിനും എത്തിയില്ല. എൻജിനീയ റിങ് ഓഫീസിൽ എല്ലാ ജോലിക്കാരും കറുത്ത ബാഡ്ജ് ധരിച്ചി രിക്കുന്നത് കണ്ട് കാര്യം ചോദിച്ചറിഞ്ഞപ്പോൾ ഞാൻ അവിടെ തളർന്നിരുന്നു. ചന്ദ്രേട്ടൻ കഴിഞ്ഞ ദിവസം സൂര്യയെ തനിച്ചാക്കി പരലോകത്തേക്ക് യാത്രയായിരുന്നു.

പെട്ടെന്ന് ഹോട്ടലിൽ പോയി പാക്കറ്റും എടുത്ത് ഓടി സൂര്യ യുടെ വീട്ടിലെത്തി. പാസ്കലും മറ്റ് മുപ്പത്തിനാല് ഹോട്ടൽ ജീവന ക്കാരും മാത്രമാണ് അവിടെയുണ്ടായിരുന്നത്. കുറെ നേരം അവിടെ യിരുന്നു. പാസ്കലും മറ്റു ജീവനക്കാരും പോയപ്പോൾ ഞാൻ നാട്ടിൽ പോയ എല്ലാ വിശേഷങ്ങളും പങ്കുവെച്ചു. രേണുക ടീച്ചർ തന്ന പാക്കറ്റ് കൊടുത്തു, ഒരു നിർവികാരതയോടെ എല്ലാം കേട്ട സൂര്യ യോട് സമാശ്വാസ വാക്കുകൾ പറഞ്ഞ് ഞാനിറങ്ങി.

മൂന്നു ദിവസത്തിനു ശേഷം ഡിസാലിനാഷൻ പ്ലാന്റ് പാസ് കലിന്റെ റിബ്ബൺ കട്ടിങ്ങിലൂടെ പ്രവർത്തനമാരംഭിച്ചു. ഈ അവസരത്തിൽ എല്ലാവരും ആഗ്രഹിച്ചതാണ് മിസ് ചാൻ ഇവിടെ ഉണ്ടായിരുന്നെങ്കിലെന്ന്. പക്ഷേ അത് ഉണ്ടായില്ല. മിസ് ചാൻ,

കോപക്കാരിയാണെങ്കിലും എല്ലാവർക്കും അവരെ ഇഷ്ടമായിരുന്നു.

ഞാൻ യാത്ര പറയാനായി വീണ്ടുമൊരിക്കൽ കൂടി ചന്ദ്രേട്ടന്റെ വീട്ടിൽ പോയി, പക്ഷേ അടഞ്ഞു കിടക്കുന്ന വീട്ടിൽ ആരുമുണ്ടായിരുന്നില്ല.

സൂര്യയുടെ ഭാവിയെന്തെന്നുള്ള ചിന്ത എല്ലാവരെപ്പോലെ എന്നിലും ഒരു ആവലാതിയുണ്ടാക്കി. ദുബായിയിൽ തിരിച്ചെത്തിയ ഞാൻ മറ്റു പല ജോലികളിലും വ്യാപൃതനായെങ്കിലും സൂര്യയുടെ അവസ്ഥ അറിയാനുള്ള ജിജ്ഞാസ എപ്പോഴുമുണ്ടായിരുന്നു. ആഴ്ചകളും മാസങ്ങളും കഴിഞ്ഞതോടെ, ആ ജിജ്ഞാസയും ഒരു നേർത്ത ഓർമ്മ മാത്രമായി. ഒരു വർഷം കടന്നു പോയി.

ഇമ്മാനുവേൽ പലപ്പോഴും ബിസിനസ്സ് ഡിന്നറിനു പോകുമ്പോൾ എന്നെക്കൂടി വിളിക്കാറുണ്ടായിരുന്നു. പിറ്റേ ദിവസത്തെ ഡിന്നറിനു പോകാൻ തയ്യാറായി വരണമെന്നും പറഞ്ഞ് ഞങ്ങൾ പിരിഞ്ഞു. എന്തെല്ലാം തയ്യാറെടുപ്പുകൾ വേണമെന്നു ചോദിച്ചപ്പോൾ, എല്ലാം ഇമ്മാനുവൽ നേരത്തെ തയ്യാറാക്കി എന്നു മാത്രം പറഞ്ഞു. മുന്നേ ബുക്ക് ചെയ്ത അഞ്ച് സീറ്റിൽ ഞങ്ങൾ ബിസിനസ്സ് ഗസ്റ്റിനെ കാത്തിരിപ്പായി. അല്പസമയത്തിനുശേഷം ഞങ്ങളുടെ ടേബിൾ ലക്ഷ്യമാക്കിവരുന്ന സ്യൂട്ട് ധരിച്ച പാസ്കലിനെയും ഫ്രഞ്ച് ഫാഷനിലുള്ള ഉടുപ്പിൽ സൂര്യയെയും കണ്ട്, നിറഞ്ഞ ചിരിയോടെ എന്റെ വിസ്മയഭാവം പുറത്തുകാണിക്കാതെ എഴുന്നേറ്റു നിന്നു.

പാസ്കൽ, തന്റെ മകളായി സൂര്യയെ നിയമപരമായി അഡോപ്റ്റ് ചെയ്തു. ഇതിനകം പാസ്കലിന്റെ ശ്രമഫലമായി സൂര്യയ്ക്ക് ഫ്രഞ്ച് പൗരത്വം ലഭിച്ചു. പാസ്കലിന്റെ ഫ്രഞ്ച് വംശജയായ ഗേൾ ഫ്രണ്ട് 'സു' എന്നു വിളിക്കുന്ന സൂസനും അല്പസമയത്തിനുശേഷം അഞ്ചാമത്തെ കക്ഷിയായി ഡിന്നർ ടേബിളിൽ എത്തി. ഫ്രഞ്ച് വൈൻ ടോസ്റ്റ് ചെയ്യുമ്പോൾ സൂര്യയുടെയും സുവിന്റെയും പാസ്കലിന്റെയും ഇനിയുള്ള ജീവിതത്തിൽ എല്ലാ നന്മകളും ഐശ്വര്യങ്ങളും വളരെ സന്തോഷത്തോടെ നേർന്നു. തീൻമേശയിലെ സംഭാഷണം ഇംഗ്ലീഷ്, ഫ്രഞ്ച്, ക്രിയോൾ കൂടാതെ, സൂര്യയുമായി പലപ്പോഴും മലയാളത്തിലുമായി പുരോഗമിച്ചു. കഴിഞ്ഞുപോയ ജീവിതത്തിലെ കയ്പേറിയ ദിനങ്ങളും ദുഃഖങ്ങളും ഇവരുടെ സംസാരത്തിൽ ഒരിക്കൽ പോലും തീൻമേശയിലെ സംസാരവിഷയമാകാതെ, സന്തോഷത്തിന്റെയും പ്രത്യാശയുടെയും ഒരു സമന്വയമായി ഇമ്മാനുവേലിന്റെ അത്താഴവിരുന്ന് തുടർന്നു. തണുപ്പിച്ച ഫ്രഞ്ച് വൈൻകുപ്പികൾ പലതായി വന്ന് നിറഞ്ഞ തീൻമേശയിൽ ഏറെ വൈകിയാണ് ബോട്ടം അപ്പ് പറഞ്ഞു ഗ്ലാസ് കാലിയാക്കി ഞങ്ങൾ പിരിഞ്ഞത്. ■

പിതാംപൂരിലെ കഥകൾ

അമേരിക്കൻ ഐക്യനാടുകളിൽ ഡെട്രോയ്റ്റ് എന്ന വാണിജ്യ നഗരം വാഹന നിർമ്മാണഫാക്ടറികളുടെ ഈറ്റില്ലമായാണ് അറിയപ്പെടുന്നത്, എന്നാൽ ഈ കാലഘട്ടത്തിൽ ഇന്ത്യയിലെ ഡെട്രോയ്റ്റ് എന്ന് അറിയപ്പെടുന്നത് മധ്യപ്രദേശിലെ പിതാംപൂർ എന്ന നഗരമാണ്. എന്റെ പല യാത്രാനുഭവങ്ങളും ഇതിനു മുന്നേ പറഞ്ഞിട്ടുണ്ടെങ്കിലും കഴിഞ്ഞ മുപ്പതു വർഷക്കാലമായി അനാവരണം ചെയ്യാത്ത പിതാംപൂരിലെ വേറിട്ടൊരനുഭവമാണ് ഇവിടെ പങ്കുവെക്കുന്നത്.

ലോകം മുഴുവൻ കോവിഡ് മഹാമാരിയിൽ നിന്നു വിമുക്തമാകാനുള്ള ഈ നാളുകളിലാണ് (Feb.2021) ഞാൻ യാദൃച്ഛികമായി ദുബായിൽ വെച്ച് മഞ്ജരേക്കർ എന്ന പഴയകാല സുഹൃത്തും അതിലുപരി എന്റെ സീനിയർ സൈറ്റ് എഞ്ചിനീയർ ആയി അതേ കമ്പനിയിൽ ജോലി ചെയ്തിരുന്നയാളെ കണ്ടത്. രൂപത്തിലും ഭാവത്തിലും കഴിഞ്ഞ മുപ്പതു വർഷംകൊണ്ട് ഞങ്ങൾ ഏറെ മാറിയെങ്കിലും ഒറ്റ നോട്ടത്തിൽ പരസ്പരം തിരിച്ചറിയുകയും ഏറെനേരം പിതാംപൂരിലെ ഗതകാല സ്മരണകളും പൊടിതട്ടിയെടുത്തു.

ഈ കൂടിക്കാഴ്ചയിലെ വിശേഷങ്ങളുടെ കൂട്ടത്തിൽ ഞാൻ രത്തൻ കോട എന്നയാളുടെ ഇപ്പോഴത്തെ അവസ്ഥയും ആരാഞ്ഞു.

1985–1995 കാലഘട്ടത്തിലാണ് മധ്യപ്രദേശിൽ ധാരാളം ഫാക്ടറികൾ ഉടലെടുക്കുന്നത്. ഇൻഡോറിൽനിന്നു മുപ്പതു കിലോമീറ്റർ ദൂരെയുള്ള ധാർ ഒരു പിന്നോക്ക ജില്ലയായിരുന്നു. എടുത്തു പറയത്തക്ക ഒരു വികസനവും ആ കാലഘട്ടത്തിൽ എത്തിനോക്കാത്ത ഈ ജില്ലയിൽ പലയിടങ്ങളിലായി ആദിവാസികളും നാടോടികളും പിന്നെ കുറെ കൃഷിസ്ഥലങ്ങളുമാണുള്ളത്. സോയാബീനും കരിമ്പ് വളർത്തുന്ന വലിയ പാടശേഖരങ്ങളുമാണ് ഇവിടെയെങ്ങും. എല്ലാ വലിയ നിർമ്മാണ ഫാക്ടറികളും ഉള്ളത് വിജനമായിക്കിടക്കുന്ന

ഈ ജില്ലയിലും ഇതിന്റെ പ്രാന്തപ്രദേശങ്ങളിലുമാണ്. പിതാംബൂരിൽ വാഹനനിർമ്മാണ ഫാക്ടറികളുടെ പ്രാരംഭകാലം, ഇന്ത്യയിലെ ഡെട്രോയിറ്റിന്റെ ഉദയം. മറ്റൊരു പ്രധാന വ്യവസായശാലയെന്നത് സോയാബീൻ എക്സ്ട്രാക്ഷൻ ചെയ്യുന്ന ഫാക്ടറികളുടേതാണ്.

1990 ഡിസംബർ ആദ്യവാരത്തിലാണ് ഞാൻ ആദ്യമായി പിതാംപൂരിൽ എത്തുന്നത്. എന്റെ സീനിയറായി ജോലി ചെയ്യുന്ന മഞ്ജരേക്കർ പെട്ടെന്ന് ജോലിയിൽ നിന്നു ലീവെടുത്തതിനാൽ പകരക്കാരനായാണ് ഞാൻ ഗുജറാത്തിലെ ബറൂച് എന്ന സ്ഥലത്തുനിന്ന് ഇവിടെ എത്തുന്നത്.

എപിഎൻ സോൾവെക്സ് എന്ന പിതാംപൂരിലെ ഈ വലിയ സോയാബീൻ എക്സ്ട്രാക്ഷൻ കമ്പനിയുടെ നിർമ്മാണജോലികളാണ് ഇവിടെ നടക്കുന്നത്. ഞാൻ ജോലി ചെയ്യുന്ന ബോംബെ ആസ്ഥാനമാക്കിയുള്ള കമ്പനിയാണ് ബോയിലറും വാട്ടർ ട്രീറ്റ്മെന്റ് പ്ലാന്റിന്റെയും കരാറുകാർ. ബോയിലറും മറ്റെല്ലാ യന്ത്രസാമഗ്രികളും അതിനോടൊപ്പമുള്ള മറ്റുപല അനുബന്ധ ഭാഗങ്ങളും സമയബന്ധിതമായി പ്രവർത്തനക്ഷമമാക്കാനുള്ള തയ്യാറെടുപ്പിലാണ് എന്റെ തിരക്കുള്ള ദിവസങ്ങൾ.

ഇൻഡോർ നഗരമദ്ധ്യത്തിലുള്ള ഹോട്ടലിലാണ് താമസം. ഭോജാജി സ്നേഹത്തോടെ നൽകിയ എൽഎംഎൽ വെസ്പ എന്ന സ്കൂട്ടറിലാണ് ദിവസേന ഹോട്ടലിൽ നിന്നും പിതാംപൂരിൽ പോയി വന്നിരുന്നത്.

പിതാംപൂർ ഇൻഡസ്ട്രിയൽ മേഖല

ജോലി ചെയ്യുന്ന കമ്പനിയുടെ ലോക്കൽ ഏജന്റാണ് ധർമേന്ദ്ര ഭോജ എന്ന ഭോജാജി. പഴയ ഒരു രാജകുടുംബത്തിന്റെ പരമ്പരയിലുള്ള ഭോജാജി, മട്ടിലും ഭാവത്തിലും രാജചേഷ്ടകൾ പ്രകടിപ്പിക്കുന്നതായി ഒറ്റനോട്ടത്തിൽത്തന്നെ ആർക്കും തോന്നും. സിൽക്കിന്റെ നീണ്ട ജുബ്ബയും കാലിലൊട്ടിക്കിടക്കുന്ന പൈജാമയും തലയിലെ സ്വർണ്ണനൂലുള്ള, സിക്കുകാർ ഉപയോഗിക്കുന്ന തൊപ്പിയും കണ്ടാൽ ഭോജാജി ഇപ്പോഴും പഴയ രാജഭരണത്തിൽ നിന്ന് ജനാധിപത്യത്തിലേക്ക് എത്തിയിട്ടില്ലെന്നു തോന്നും. തനിക്ക് അർഹിക്കുന്ന ആദരവും അംഗീകാരവും കിട്ടുന്നില്ല എന്നുള്ള പരിഭവഭാവങ്ങളും ആ മുഖത്തു പലപ്പോഴും കാണാമായിരുന്നു. അദ്ദേഹം സഞ്ചരിക്കുന്ന അംബാസിഡർ കാറിൽ നിന്ന് ഡ്രൈവർ രാജുചാച്ച തുറന്നു പിടിച്ച ഡോറിൽ പിടിച്ച് ഇറങ്ങുന്നതുകണ്ടാൽ സ്വർണ്ണരഥത്തിൽ നിന്നിറങ്ങുന്ന രാജാവിനെയാണ് കാണുന്നവർക്ക് ഓർമ്മയിൽ വരിക.

ഇൻഡോറിൽ നിന്ന് പിതാമ്പൂരിലേക്കുള്ള ആദ്യകാല യാത്രകൾ ടാക്സിയായി ഓടുന്ന ട്രാക്ടർ എൻജിനോടൊപ്പം ഘടിപ്പിച്ചുള്ള വലിയ ചരക്കുപെട്ടിയിൽ മറ്റു പല സഹയാത്രികരുടെ കൂടെ നിന്നായിരുന്നു. പലപ്പോഴും പിതാംപൂരിൽനിന്ന് ഒറ്റയ്ക്കുള്ള മടക്കയാത്ര ദുസ്സഹമായിരുന്നു. ഇരുട്ടുവീഴുന്നതിനു മുൻപ് തിരിച്ചില്ലെങ്കിൽ ഏകനായി യാത്ര ചെയ്യുന്ന പലർക്കും യാത്രാമദ്ധ്യേ കൊള്ളക്കാരുടെയും പിടിച്ചുപറിക്കാരുടെയും ക്രൂരതയ്ക്ക് ഇരയാകേണ്ടി വരാറുണ്ട്. ഈ ദുരവസ്ഥ എനിക്ക് ഉണ്ടാകാതിരിക്കാനായി ഭോജാജി തന്നെയാണ് ക്ലേശരഹിതമായ യാത്രയ്ക്കായി അദ്ദേഹത്തിന്റെ പഴയ സ്കൂട്ടർ എനിക്ക് നൽകിയത്.

ദിവസേനയുള്ള സ്കൂട്ടർ സവാരി ഞാനും ഏറെ ഇഷ്ടപ്പെട്ടിരുന്നു. 35 കിലോമീറ്റർ ദൂരമുള്ള ഈ യാത്രാമദ്ധ്യേയാണ് മഹു എന്ന ഇന്ത്യൻ ആർമിയുടെ കന്റോൺമെന്റ് ഭാഗം. ഇവിടം വളരെ അച്ചടക്കമുള്ളതും കൂടാതെ മാലിന്യമുക്തവുമാണ്. വാഹന ഗതാഗത നിയന്ത്രണംവരെ യൂണിഫോമിലുള്ള ആർമി ഓഫീസർമാരായിരുന്നു. റോഡിന്റെ ഇരുവശങ്ങളിലും ആർമിബാരക്കുകളും നിരന്തരം കാണുന്ന പരേഡുകളും വ്യായാമമുറകളും എന്റെ കോളേജിലെ എൻസിസി ദിനങ്ങളെ മനസ്സിലേക്കെത്തിക്കും. കൂടെ ആർമിയിൽ ചേരാനായി നേടിയെടുത്ത എൻസിസി - സി സർട്ടിഫിക്കറ്റും.

ആർമി ആസ്ഥാനമായ മഹുവിലൂടെ സ്കൂട്ടറിൽ പോകുമ്പോൾ എന്നിലെ ദേശീയതയും ധൈര്യവും പട്ടാളക്കാരന്റെ വീര്യവും എന്നും അതിന്റെ പാരമ്യതയിലായിരിക്കും. അതിലുപരി ഇന്ത്യൻ ഭരണഘടനയുടെ ശില്പി ഡോക്ടർ അംബേദ്കറുടെ ജന്മസ്ഥലമാണ് മഹു എന്നോർക്കുമ്പോൾ ഈ പ്രദേശത്തോട് വല്ലാത്തൊരു ബഹുമാനമാണ്.

പിതാംപൂരിൽ വന്ന ദിവസം തന്നെയാണ് ആദിവാസികൾക്കും ഈ ഫാക്ടറിയിൽ ജോലി ചെയ്യുന്ന പലർക്കും ജോലി തരപ്പെടുത്തി നൽകുന്ന രത്തൻ കോട എന്ന, വെള്ള വസ്ത്രം മാത്രം ധരിക്കുന്നയാളെ പരിചയപ്പെടുന്നത്. നടക്കുമ്പോൾ അല്പം മുടന്തി നടക്കുന്ന ഇയാൾ, എല്ലാ ദിവസവും ജോലിക്കാരുടെ കാര്യവിവരങ്ങൾ തിരക്കാനായി നിരന്തരം ഫാക്ടറിയിലെത്തും. എന്നോട് മാന്യമായും ജോലിക്കാരോട് വളരെ കാർക്കശ്യത്തോടും ഇടപെടുന്ന ഇയാളെ, എല്ലാവരും അല്പം ഭയത്തോടെയാണ് വീക്ഷിച്ചിരുന്നത്. ഗ്രാമീണരുടെ ഉന്നമനത്തിനായി പ്രയത്നിക്കുന്ന ഒരു മനുഷ്യസ്നേഹിയാണെന്നു പറഞ്ഞു പരിചയപ്പെടുത്തിയ ഇയാളുടെ ചിരിയിലും വല്ലാത്തൊരു വക്രത നിഴലിക്കുമായിരുന്നു.

ഉച്ചഭക്ഷണം കഴിഞ്ഞ് എല്ലാവരും ജോലിത്തിരക്കിലാണ്. പെട്ടെന്നാണ് സ്ത്രീകളുടെ കൂട്ടക്കരച്ചിൽ കേട്ട് ബോയ്‌ലർ റൂമിൽ നിന്നു ഞാനും പുറത്തേക്കോടിയെത്തിയത്. കാഴ്ച വളരെ ദാരുണമായിരുന്നു. വാവിട്ടു കരയുന്ന പത്തു വയസ്സു മാത്രം പ്രായം തോന്നിക്കുന്ന ഈ ബാലന്റെ കൈത്തണ്ട പൊട്ടിയിരിക്കുന്നു. ആദിവാസി സ്ത്രീകളായിരുന്നു ചുമർനിർമ്മാണത്തിലുള്ളവർക്ക് സഹായികളായി ഉയരങ്ങളിലേക്ക് ഇഷ്ടിക എത്തിച്ചു കൊടുത്തിരുന്നത്. കോണിയുടെ താഴെ നിൽക്കുന്ന ഈ ബാലന്റെ കൈത്തണ്ടയിലേക്ക് സ്വന്തം അമ്മയുടെ കൈയിൽനിന്നും വീണ ഇഷ്ടികയാണ് ഈ ദാരുണമായ അവസ്ഥ ഉണ്ടാക്കിയത്. കൂടെയുള്ള പല സ്ത്രീജനങ്ങളും ഉയർന്ന ശബ്ദത്തിൽ കരഞ്ഞുകൊണ്ടേയിരുന്നു. കൂട്ടത്തിൽ ആരോ പറഞ്ഞു മഞ്ജരേക്കർ സാബ് ഉണ്ടായിരുന്നെങ്കിൽ തീർച്ചയായും സഹായിച്ചിരുന്നേനെ. ഒരു സഹായത്തിനായി ഫാക്ടറി മാനേജർപോലുമില്ലാത്ത ദിവസം, ഈ ദിവസം ഞായറാഴ്ചയായതുകൊണ്ടു ഫാക്ടറിയുടെ മാനേജർ ശർമാജി ഇന്ന് അവധിയാണ്. വൈദ്യസഹായത്തിനായി യാതൊരു സംവിധാനങ്ങളുമില്ലാത്ത ഈ സ്ഥലത്ത്, ആൾക്കൂട്ടത്തിൽ തനിയെ എന്തു ചെയ്യണമെന്നറിയാതെ ഞാനും അവിടെ നിന്നു.

ഇവർക്ക് യാതൊരു വൈദ്യസഹായവും ആരും കൊടുക്കാറില്ല എന്നറിഞ്ഞ വിഷമഘട്ടത്തിൽ രണ്ടാമതൊന്നു ചിന്തിക്കാതെ ഞാൻ എന്റെ സ്കൂട്ടറിൽ ഈ ബാലനെ മഹുവിലേക്കു കൊണ്ടുപോകാമെന്ന് പറഞ്ഞു. വാഹനങ്ങൾ പോകുന്ന റോഡിൽനിന്ന് മൺവഴികൾ താണ്ടി ഏറെ ദൂരെയാണ് ഈ ഫാക്ടറി സമുച്ചയത്തിന്റെ പണികൾ പുരോഗമിക്കുന്നത്. എന്റെ നിർദ്ദേശപ്രകാരം ബാലനെ എല്ലാവരും ചേർന്നു സ്കൂട്ടറിന്റെ മുൻഭാഗത്തായി നിർത്തി. മൈഡിയർ കുട്ടിച്ചാത്തനെന്ന ചലച്ചിത്രത്തിലെ കേന്ദ്ര കഥാപാത്രമായ കുട്ടിച്ചാത്തന്റെ അതേ വസ്ത്രധാരണമാണ് ഈ ബാലന്റേതും. അർദ്ധനഗ്നനാണ്. രണ്ടു കാതിലും കമ്മലുള്ള ഈ കറുത്തു

മെലിഞ്ഞ ബാലന് മതിയായ ഭക്ഷണം പോലും കിട്ടിയിരുന്നില്ല എന്ന് അവനെ കണ്ടാലറിയാം. പ്രത്യേക നാടോടി ഭാഷ സംസാരിക്കുന്ന ഈ ബാലനോ അവനടങ്ങുന്ന ആബാലവൃദ്ധജനങ്ങൾക്കോ ഹിന്ദി ഭാഷയിലെ കുറച്ചു വാക്കുകൾ മാത്രമാണറിയുക.

വേദനകൊണ്ടു പുളയുന്ന ഈ ബാലനെയുംകൊണ്ട്, ഞാൻ മഹുവിലെത്തിയെങ്കിലും ആർമി ക്യാമ്പിൽ സുരക്ഷാ കാരണത്താൽ ആ ദിവസം ക്യാമ്പിലേക്ക് പുറത്തുള്ളവർക്ക് പ്രവേശനമില്ലായിരുന്നു.

തുടർന്ന് ഇൻഡോർ സിറ്റിയിലെ സ്വകാര്യ ആശുപത്രി ലക്ഷ്യമാക്കി വേദനയോടെ അടക്കിപ്പിടിച്ച കരച്ചിൽ തുടരുന്ന ബാലനുമായി ഞാൻ യാത്ര തുടർന്നു.

സിറ്റി ഹോസ്പിറ്റലിലെ ഡോക്ടർ, കൈയൊടിഞ്ഞ ബാലന്റെ പ്ലാസ്റ്റർ ഇടുന്ന നേരത്താണ് പുറത്തുള്ള പിസിഒയിൽ പോയി ഞാൻ ഭോജാജിയുടെ ഹവേലിയിലേക്കു ഫോൺ ചെയ്തു കൂടുതൽ പണം വേണമെന്നാവശ്യപ്പെട്ടത്. ഫോണെടുത്ത ഭോജാജിയുടെ സഹധർമ്മണി മേംസാബിനെ ഒരിക്കൽ മഞ്ജരേക്കറോടൊപ്പം ഹവേലിയിലെ ഭക്ഷണ വിരുന്നിന് പോയപ്പോൾ പരിചയപ്പെട്ടിരുന്നു. നാല്പതിലേറെ കിടപ്പുമുറികളുള്ള ആ ഹവേലി നൂറിലേറെ വർഷങ്ങളുടെ പഴക്കമുള്ളതാണത്രെ. വളരെ കുലീനതയോടുള്ള മേംസാബിന്റെ പെരുമാറ്റം ഏതൊരു അതിഥിക്കും മറക്കാനാവില്ല. അതിഥി ദേവോഃ ഭവഃ എന്ന പദത്തിന്റെ അർത്ഥം അനുഭവിച്ചറിഞ്ഞ നിമിഷങ്ങളായിരുന്നു അത്.

സ്വകാര്യ ആശുപത്രികൾ ലോകത്ത് എവിടെയാണെങ്കിലും ബില്ല് തയ്യാറാക്കുന്നതിൽ ഒരേ നയമാണെന്ന് ബില്ല് കണ്ടപ്പോൾ മനസ്സിലായി. രണ്ടു മണിക്കൂർ നീണ്ട കാത്തിരിപ്പിനിടയിലാണ് ഞാൻ ഈ ബാലന്റെ പേരു ചോദിച്ചറിഞ്ഞത്, ചാരു.

താമസിയാതെ എനിക്കു നേരെ നടന്നടുക്കുന്ന ഭോജാജിയുടെ ഡ്രൈവർ രാജുചാച്ചയെ കണ്ടു, തൊട്ടുപുറകിലായി ഭോജാജിയും. രണ്ടുപേരും എന്റെ കൈകളിലേക്കാണ് മാറി മാറി നോക്കുന്നത്. കാര്യം മനസ്സിലാക്കിയ ഞാൻ, ഇവന്റെ കയ്യാണ് പ്ലാസ്റ്ററിട്ടതെന്ന് അടുത്തിരിക്കുന്ന ചാരുവിനെ കാണിച്ചു പറഞ്ഞു. കണ്ണുനീർചാലു വീണ മുഖമുയർത്തി അവൻ അല്പം ഭയത്തോടെ രാജുചാച്ചയെ നോക്കി. ആ ബാലനെ കൗതുകത്തോടെ നോക്കുന്ന രാജു ചാച്ചയെയും അതിലുപരി തികഞ്ഞ നീരസത്തോടെ എന്നെ നോക്കുന്ന ഭോജാജിയെയും കണ്ടു. അവർക്കു നന്ദി പറഞ്ഞു മടങ്ങുമ്പോൾ ഭോജാജി, ചാച്ചയോടു ഞാൻ കേൾക്കാനായി ഉച്ചത്തിൽ സമൂഹത്തിലെ വ്യവസ്ഥകൾ ഇവിടെ പലർക്കും അറിയില്ലെന്നും ഞാനിവിടേക്ക് ഇത്ര തിടുക്കത്തിൽ വരേണ്ടതില്ലായിരുന്നെന്നും പറയുന്നത്

കേട്ടു. എന്റെ കൈയാണ് ഒടിഞ്ഞതെന്നു കരുതിയാണ് കടമാണെങ്കിലും ധനസഹായവുമായി ഇവർ പെട്ടെന്ന് വന്നെതെന്നു നല്ല പോലെ എനിക്കറിയാമായിരുന്നു. പലപ്പോഴും സൽപ്രവർത്തനങ്ങൾക്കുവേണ്ടി ചിലരെ അലോസരപ്പെടുത്തേണ്ടിവരും, ഈ അപ്രിയസത്യം അവർ അറിയുന്നതോ ഏറെ വൈകിയും.

മനസ്സിൽ എന്തെന്നില്ലാത്ത ഒരു നിർവൃതിയോടെ ഞാൻ ചാരുവിനേയും കൂട്ടി ആശുപത്രിയുടെ പടിയിറങ്ങി. വിശപ്പിന്റെ വിളി കലശലായതോടെ പുറത്തുള്ള തട്ടുകടയിൽ നിന്ന് ബേൽപൂരി വാങ്ങി കഴിച്ചു. പിന്നീട് ഞങ്ങൾ പിതാംപൂരിലേക്കുള്ള മടക്കയാത്ര തുടങ്ങി.

ഇരുട്ടു വീണു തുടങ്ങി, ഈ സമയത്ത് ഫാക്ടറിയിൽ ആരും ഉണ്ടാകില്ലെന്നും ചാരുവിനെ എവിടെകൊണ്ടുപോകുമെന്നുമുള്ള ചിന്തയിലാണ് ഞാനിപ്പോൾ. ഫാക്ടറിയോടടുത്തപ്പോൾ കവാടത്തിന് പുറത്തായി ഒരു കൂട്ടം ജനങ്ങൾ കൈയിൽ തീപ്പന്തങ്ങളും വലിയ മുളങ്കോലുകളും പിടിച്ചു നിൽക്കുന്നത് അങ്കലാപ്പോടെയാണ് ഞാൻ കണ്ടത്. സ്കൂട്ടർ നിർത്തിയപാടെ അവിടെ കൂടിയിരുന്ന നാടോടിസ്ത്രീകൾ ഓടി വന്ന് ചാരുവിനെ എടുത്തു. പല സ്ത്രീകളും നനവുള്ള കണ്ണുകളോടെ എന്നെ നോക്കി മൂകഭാഷയിൽ കൈകൂപ്പി നന്ദി പറയുന്നുണ്ടായിരുന്നു. രണ്ടു കാതിലും കമ്മലിട്ട ഒരാൾ വന്നു കാലിൽവീണതും പെട്ടെന്നായിരുന്നു, അത് ചാരുവിന്റെ അച്ഛനായിരിക്കാം.

അടുത്ത ദിവസം ഞാൻ ബോയിലർ റൂമിൽ നിൽക്കുമ്പോഴായിരുന്നു ഒരു നാടോടിസ്ത്രീ എന്നെയും നോക്കിനിൽക്കുന്നത് കണ്ടത്. എന്താണെന്ന് തിരക്കാൻ അവരുടെ അടുത്ത് പോയപ്പോഴാണ് ഇലകളിൽ പൊതിഞ്ഞ ഞാവൽപ്പഴം എനിക്ക് നേരെ നീട്ടിയത്, ജാമുൻ എന്ന് ഞാൻ പറഞ്ഞപ്പോൾ അവരുടെ കണ്ണുകളിൽ സന്തോഷാശ്രുക്കളായിരുന്നു. ഇവർ ചാരുവിന്റെ അമ്മയാകാം, അതെ അവർ തന്നെ. ചാരുവിനെ ഇൻഡോറിൽ കൊണ്ടുപോയി വൈദ്യ സഹായം നൽകിയതിന് ഒരമ്മയുടെ വിലമതിക്കാനാകാത്ത സമ്മാനം. പിന്നീടുള്ള മിക്കവാറും എല്ലാ ദിവസങ്ങളിലും ചാരുവിന്റെ അമ്മയോ മറ്റ് അമ്മമാരോ ഞാവൽപ്പഴം എനിക്ക് എത്തിക്കാറുണ്ടായിരുന്നു. ഞാൻ മതി എന്നുപറയുന്നതുവരെ; നിഷ്കളങ്ക സ്നേഹത്തിന്റെയും കരുതലിന്റെയും പ്രതിഫലനങ്ങൾ.

ക്രിസ്തുമസ്സിന് ബോംബെയിലേക്ക് തിരിച്ചു പോകാൻ ട്രെയിൻ ബുക്ക് ചെയ്ത ഡിസംബർ ഇരുപത്തിമൂന്നാം തിയ്യതി വന്നെത്തി. ട്രെയിൻ പുറപ്പെടുന്നത് രാത്രി 11:45 മണിക്കാണെങ്കിലും അഞ്ചു

മണിക്ക് മുന്നേ പിതാംപൂരിൽനിന്ന് യാത്ര തിരിക്കണമെന്നു വിചാരിച്ചു പക്ഷേ നടന്നില്ല., ഇപ്പോൾ സമയം ഏഴു മണി കഴിഞ്ഞിരിക്കുന്നു. രണ്ട് ആഴ്ച അവധിയിൽ പോകുന്നതുകൊണ്ട് എല്ലാ ജോലികളും വേണ്ടപോലെ ക്രമീകരിച്ചുകൊടുത്ത് ഇൻഡോറിലേക്കുള്ള യാത്ര ഏറെ വൈകി രാത്രി എട്ടു മണിക്കാണ് തുടങ്ങിയത്.

എൽഎംഎൽ വെസ്പയുടെ മങ്ങിയ വെളിച്ചത്തിൽ യാത്ര നാല്പത്തിയഞ്ചു കിലോമീറ്റർ പിന്നിട്ട് റോഡിന്റെ ഇരുഭാഗത്തും കരിമ്പിൻ തോട്ടങ്ങളുള്ള സ്ഥലത്തെത്തി. റോഡിൽ ശോചനീയാവസ്ഥയിലുള്ളിടത്താണ് പെട്ടെന്ന് ഉയർന്നു പൊങ്ങിയ സ്കൂട്ടർ നിലംപൊത്തിയത്. റോഡിൽ തെറിച്ചുവീണ ഞാൻ എഴുന്നേൽക്കാൻ തുടങ്ങുന്നതിനു മുന്നേ എന്റെ കൈകൾ ഇരുവശത്തേക്കും വലിച്ചുപിടിച്ചു കുറെപേർ വലിച്ചുതുടങ്ങിയിരുന്നു. എനിക്ക് ചുറ്റും എന്താണ് നടക്കുന്നതെന്ന് മനസ്സിലാക്കാൻ തുടങ്ങുന്നതിനു മു,േഎന്റെ മുഖത്ത് അവരുടെ കൈപ്പത്തികൾ ശക്തിയായി പതിച്ചു. സർവശക്തിയും എടുത്തു കുതറി ഓടാൻ തുനിഞ്ഞ എനിക്ക് തുടരെത്തുടരെ കവിളിൽ വരുന്ന ശക്തമായ തലോടൽ തടയാനായില്ല.

ഗോത്രഭാഷ സംസാരിക്കുന്ന ഇവർ ഈ സമയം റോഡരികിലുള്ള ഉയർന്ന കരിമ്പിൻ തോട്ടത്തിനുള്ളിലേക്കു എന്നെ വലിച്ചും നടത്തിയും എത്തിച്ചിരുന്നു.

തീനാളങ്ങളില്ലാതെ എരിയുന്ന 2-3 പന്തവും അതിനടുത്തായി കുറച്ചുപേരേയും എനിക്ക് അവ്യക്തമായി കാണാമായിരുന്നു. മദ്യത്തിന്റേയും അവർ വലിക്കുന്ന പുകയിലയുടെയും ഗന്ധമാണ് ചുറ്റിലും. ഇരയെ കണ്ട അവരുടെ ശബ്ദത്തിനും ഗാംഭീര്യം കൂടുന്നതുപോലെ തോന്നിത്തുടങ്ങി.

ഇരുട്ടിൽ സ്ഥാനം തെറ്റി അവർ സമ്മാനിച്ച അടി ഒരെണ്ണം ഇടത്തെ കണ്ണിലായിരുന്നു. കൂടാതെ മുഖത്തുള്ള അടിയുടെ ഫലമായി പൊട്ടിയൊഴുകുന്ന രക്തത്തിന്റെ രുചിയായിരുന്നു വായിൽ. സ്ഥാനം തെറ്റിയുള്ള അടിയുടെ ഭാഗമായി ഇടത്തേകണ്ണിൽനിന്ന് നിർബാധം കണ്ണീരൊഴുകുന്നു. തുടരെയുള്ള പ്രഹരത്തിൽ ഇവരിലൊരുവന്റെ കൈയിലണിഞ്ഞ ലോഹവളയും നെറ്റിയിൽ ഒരു അടയാളം സമ്മാനിച്ചിരിക്കുന്നു.

കൈയിലെ വാച്ചും പോക്കറ്റിലുള്ള പണവും ഇതിനകം അവർ എടുത്തു കഴിഞ്ഞു. ഈ ദ്രോഹികൾ മർദ്ദനകലകൾ പരിശീലിക്കുന്നതുപോലും എന്നിലാണോ എന്നു തോന്നിത്തുടങ്ങി. ദേഹത്ത് പല ഭാഗത്തായി ഉദാരമായുള്ള അടിയും തുടർന്നു. അനുനിമിഷം വേദനയും ഭയവും ഒരുപോലെ കൂടുന്നു. അല്പദൂരെ മാറിനിൽക്കുന്ന രണ്ടുപേർ തമ്മിൽ ഏറെ നേരമായി ഉയർന്ന ശബ്ദത്തിൽ

സംസാരിക്കുന്നതും ആക്രോശിക്കുന്നതും കേൾക്കാമായിരുന്നു, ഹിന്ദിഭാഷയിൽ എന്നെ വിടാനായി ഒരാൾ കെഞ്ചുന്നതും. അയാൾ എന്നെ പറഞ്ഞയയ്ക്കാനായി കരഞ്ഞു പറയുന്നതും ഞാൻ കേട്ടു. എന്താണിവിടെ സംഭവിക്കുന്നതെന്ന് മനസ്സിലാകുന്നില്ല.

എരിയുന്ന പന്തം എനിക്കുനേരെ വീശി, തീനാളത്തോടെ ഉയർത്തിയപ്പോൾ ഞാൻ കണ്ടു, ആ പിശാചിന്റെ മുഖം. രത്തൻ കോട. വെള്ളവസ്ത്രത്തിൽ പൊതിഞ്ഞ, ആ നീചന്റെ ഉന്മാദച്ചിരിയോടെയുള്ള നോട്ടവും കൂടെയുള്ളവരോട് എന്നെ ഉടനെ അവിടെനിന്നു കൊണ്ടുപോകാനും ആക്രോശിക്കുന്നു. അടുത്ത നിമിഷം പുഞ്ചിരിയോടെ അരികിൽ വന്ന്, താൻ ഈ വഴി പോകുമ്പോൾ ശബ്ദം കേട്ട് വന്നതാണെന്നും പറയാൻ ആ മ്ലേച്ഛന് തെല്ലും സങ്കോചമില്ലായിരുന്നു. ഇത് പുറത്തു പറഞ്ഞാൽ പിതാംബൂരിൽ നിന്നു ഞാൻ ഒരിക്കലും ജീവനുമായി പോകില്ലെന്നുള്ള താക്കീതും എന്റെ കാതിൽ മന്ത്രിച്ചായിരുന്നു ഈ ജനസേവകൻ എന്നെ പോകാനനുവദിച്ചത്.

താഴെ വീഴാതിരിക്കാൻ ഒരു കൈയിൽ താങ്ങി എനിക്കൊപ്പം വന്നയാൾ രണ്ട് കാതുകളിലും വലിയ കമ്മലിട്ട ചാരുവിന്റെ അച്ഛനാണെന്നു മനസ്സിലായി. എന്റെ വിടുതലിനുവേണ്ടി ആ ക്രൂരനോട് കേണുകൊണ്ടിരുന്നതും ഈ മനുഷ്യനായിരുന്നു.

ധാരാളം കരിമ്പിൻ ഓലകൾ കൊണ്ട് റോഡിനരുകിൽ മറച്ചുവെച്ച, എന്റെ സ്കൂട്ടർ പൊക്കി എനിക്ക് തന്ന് വേഗം പോകാൻ പറഞ്ഞു. ഹിന്ദിയും ഗോത്രഭാഷയിലെ വാക്കുകളുമുപയോഗിച്ചു അയാൾ എന്നോട്. പൊറുക്കാൻ പറയുന്നതും കേട്ടു.

ഏകനായി സ്കൂട്ടറിൽ പോകുന്ന യാത്രക്കാരെ റോഡിനു കുറുകെ കയർ കെട്ടിയാണ് ഈ ആക്രമണ ശൈലിയെന്ന് പിന്നീട് മനസ്സിലായി. സ്കൂട്ടറിന്റെ ശബ്ദം കേട്ട്, ഹവേലിയുടെ ഗേറ്റിനു സമീപമുള്ള മുറിയിൽ നിന്നു രാജുചാച്ച പുറത്തേക്കു വന്നു. എന്റെ അവസ്ഥ കണ്ട ചാച്ച പരിഭ്രാന്തിയോടെ അരികിൽ വന്നു വാഹനാപകടമാണോ എന്ന് ആരാഞ്ഞ്, സ്കൂട്ടറിന് ചുറ്റും നോക്കുന്നുണ്ടായിരുന്നു. സ്കൂട്ടറിന്റെ ചാവി തിരികെ നൽകി എത്രയും പെട്ടെന്ന് ട്രെയിൻ സ്റ്റേഷനിലേക്ക് എത്തണമെന്നും പറഞ്ഞു, കൂട്ടത്തിൽ യാത്രാമധ്യേ നടന്നതെല്ലാം ചാച്ചയോടു പറഞ്ഞു. അല്പനേരത്തെ മൗനത്തിനുശേഷം അവൻ രത്തൻ കോടയല്ല, സാത്താൻ കോടയാണെന്നു പറഞ്ഞ ചാച്ച തുടർന്നു. "പിതാംബൂരിലെ എല്ലാ ഫാക്ടറികളിലും ഈ കോടയാണ് തുച്ഛമായ കൂലിക്ക് പണിയെടുക്കാൻ ആദിവാസികളെയും ഗ്രാമത്തിലെ മറ്റ് സ്ത്രീജനങ്ങളെയും ക്രമീകരിക്കുന്നത്. എന്നാൽ ഫാക്ടറി ഉടമകൾ കോട ചോദിക്കുന്ന എത്ര വലിയ നിത്യകൂലിയും നൽകാൻ നിർബന്ധിതരാണ്. പുരുഷന്മാർക്ക്

മദ്യവും ലഹരിപദാർത്ഥങ്ങളും നൽകി ഏതു പ്രതികൂല സാഹചര്യത്തെയും അതിജീവിക്കാൻ അയാൾ സദാ സന്നദ്ധമായിരുന്നു."

ഒരു ആത്മഗതംപോലെ രാജു ചാച്ച പറഞ്ഞു: "നിനക്കും മഞ്ജരേക്കറുടെ അതേ വിധിയായല്ലോ മകനേ."

കോടയുടെ ജോലിക്കാരെയെടുക്കാതെ മുന്നോട്ടുപോയതിനാലായിരുന്നു മഞ്ജരേക്കർക്കും സമാനമായ അവസ്ഥയുണ്ടായതും തുടർന്നു നീണ്ട ലീവിൽ പ്രവേശിക്കേണ്ടി വന്നതും. ദുഷ്ടന്മാരെ പന പോലെ വളർത്തുമെന്ന വചനം ഓർത്തു പോയി. കേരളത്തിലെ ഉച്ചനീചത്വങ്ങൾക്കെതിരെ ശബ്ദമുയർത്തിയ മഹത്വ്യക്തികളായ ശ്രീ അയ്യങ്കാളിയും എല്ലാവരുടെയും ഉന്നമനത്തിനായി ഏറെ പ്രയത്നിച്ച ചാവറ കുര്യാക്കോസ് ഏലിയാസച്ചനുമാണ് ഈ സമൂഹത്തിന്, ഈ കാലഘട്ടത്തിലാവശ്യം.

ഒരുവിധത്തിൽ ബോംബെ ട്രെയിനിൽ കയറിപ്പറ്റി. ഏറെ ക്ഷീണിതനായ ഞാൻ ബർത്തിലെ നീലനിറത്തിലുള്ള തണുത്ത റബ്ബർ ഷീറ്റിൽ നീറുന്ന കവിൾ ചേർത്തുവെച്ച്, കഴിഞ്ഞ ഏതാനും മണിക്കൂറിൽ നടന്നതെല്ലാം ഓർത്തു കിടന്നു. വേദനയും നിരാശയും അതിലുപരി ആ രാത്രി ഒഴിവാക്കാമായിരുന്നില്ലേ എന്ന് സ്വയം പഴിച്ചും കിടന്നു. നിദ്ര പോലും അകലം പാലിച്ച നീണ്ട പതിനെട്ടു മണിക്കൂർ കടന്നുപോയതറിഞ്ഞില്ല.

ബോഗിയിലുള്ള എല്ലാവരും ഇറങ്ങുമ്പോഴാണ് ട്രെയിൻ ബോംബെയിലെ വിടി സ്റ്റേഷനിൽ എത്തിയതുപോലും ഞാനറിഞ്ഞത്. നാളെയാണ് ക്രിസ്തുമസ്സ്. ക്രിസ്തുനാഥൻ ഗാഗുൽത്തായിലേക്കുള്ള വഴി നീളേ അനുഭവിച്ച പീഡാനുഭവങ്ങൾ, എത്ര കഠോരമായിരിക്കുമെന്നോർത്ത് ഇന്നലെയുടെ ഓർമ്മകളെ സ്വയം മറക്കാനായി ശ്രമിച്ചു.

മുപ്പതു വർഷത്തിനു ശേഷം ഏതാനും ആഴ്ചകൾക്കു മുന്നേ, ദുബായിൽ വെച്ച് കണ്ടുമുട്ടിയ മഞ്ജരേക്കറിൽനിന്നാണ് കോട എന്ന തിന്മയുടെ വന്മരത്തിന്റെ പതനമറിഞ്ഞത്. രാഷ്ട്രീയത്തിന്റെ പിൻബലത്തിൽ ചൂഷണം മാത്രമറിയുന്ന കോട, കൂടുതൽ അപകടകാരിയയായി വളർന്നെന്നും അവസാനം ആദിവാസിക്കോളനിയിലെ കുടിവെള്ളനിർമ്മാണ പദ്ധതി ഉദ്ഘാടനം ചെയ്തു മടങ്ങവേ വഴിയിൽ കൊല്ലപ്പെട്ടുവെന്നും പിന്നീടുണ്ടായ തെളിവെടുപ്പിൽ സാക്ഷികളില്ലാതെയും മതിയായത്ര സാഹചര്യത്തെളിവുകളില്ലാതെയും ആരേയും ശിക്ഷിക്കാതെ, കോട എന്ന വൻദുരന്തം അവസാനിച്ചു, അഥവാ അവസാനിപ്പിച്ചു. വാളെടുത്തവൻ വാളാലേ എന്നത് എത്ര ശരിയാണെന്നു തോന്നിയ നിമിഷങ്ങൾ.

■

ചെൻ ലീ

ജോലിയുള്ള ദിവസം വിദേശരാജ്യങ്ങളിലേക്കുള്ള യാത്ര പുറപ്പെടുമ്പോൾ പലതും മറക്കുന്നത് ഒരു സംഭവമൊന്നുമല്ല. ഓരോ യാത്ര കഴിയുമ്പോഴും ഈ പതിവ് മാറ്റണമെന്ന് ആലോചിക്കുമെങ്കിലും കഴിഞ്ഞ ആറു വർഷമായിട്ടും യാതൊരു മാറ്റവും കൂടാതെ എന്റെ ചര്യകൾ തുടരുന്നു. 2009 ഡിസംബർ പതിനെട്ടാം തിയ്യതി തുടങ്ങുന്ന തായ്‌വാനിലേക്കുള്ള ഈ യാത്ര അഞ്ച് ദിവസം മാത്രം; രണ്ട് നഗരങ്ങൾ തെക്കേ അറ്റത്തുള്ള തുറമുഖ നഗരമായ കൊഷുങ്, വടക്കേ അറ്റത്തുള്ള തലസ്ഥാന നഗരമായ തായ്പേയ്.

മറ്റു രാജ്യങ്ങൾ ഈ യാത്രയുടെ ഭാഗമല്ലാത്തതിനാൽ എല്ലാ അർത്ഥത്തിലും ഒരു ഹ്രസ്വയാത്ര. അല്പം വൈകി വീട്ടിൽ നിന്നു ഇറങ്ങിയ ഞാൻ ടാക്സിയിൽ ദുബായ് എയർപോർട്ടിലേക്കു പോകുമ്പോഴായിയുന്നു യാതൊരു കാരണവുമില്ലാതെ കാർ നിന്നത്. മറ്റൊരു കാറിൽ പോകാൻ തയ്യാറെടുക്കുന്ന നേരത്ത് കാർ ശരിയായെന്നു പഷ്ത്തൂ ഉറുദു കലർന്ന ഭാഷയിൽ ഡ്രൈവർ പറഞ്ഞു. നീണ്ട ഒരു നെടുവീർപ്പിനുശേഷം കാർഡ്രൈവർ ദൈവത്തിനോട് നന്ദി പറഞ്ഞു യാത്ര വീണ്ടും തുടങ്ങി.

വീട്ടിൽനിന്നു യാത്ര പറഞ്ഞു പുറപ്പെടുമ്പോൾ മക്കൾ രണ്ടു പേരും വീണ്ടും ഒരിക്കൽക്കൂടി തിരിച്ചുവരുന്ന തീയതി ഓർമ്മയുണ്ടല്ലോ എന്ന് ചോദിച്ചു. എട്ടും പത്തും വയസ്സുള്ള ഇവരുടെ കഴിഞ്ഞ ക്രിസ്തുമസ്സിനു ഉണ്ടായിരുന്നില്ല എന്ന പരാതിയും ഈ ഓർമ്മപ്പെടുത്തലിലുണ്ട്. കഴിഞ്ഞ ദിവസങ്ങളിൽ വീട്ടിൽ ഞാനേറ്റവും കൂടുതൽ കേട്ടതും കുട്ടികളുടെ ഈ ഓർമ്മപ്പെടുത്തൽ തന്നെ ആയിരുന്നല്ലോ. ഈ തായ്‌വാൻ യാത്ര ഒഴിവാക്കാൻ ശ്രമിച്ചെങ്കിലും സാദ്ധ്യമായില്ല എന്നതാണ് എനിക്ക് മാത്രം അറിയാവുന്ന യാഥാർത്ഥ്യം. ദുബായിൽനിന്നു ഹോങ്കോങ്, പിന്നെ തായ്‌വാന്റെ തെക്കേ അറ്റത്തുള്ള എനിക്കിഷ്ടപ്പെട്ട നഗരങ്ങളിലൊന്നായ കൊഷിങ്ങിലേക്കാണ് യാത്ര.

ഒമ്പതു മണിക്കൂർ യാത്രയിൽ എനിക്ക് ഉറങ്ങാനേ സാധിച്ചില്ല. ഇപ്പോൾ കുറേ വർഷങ്ങളായി ഇതാണ് സ്ഥിതി. ഉറക്കച്ചടവോടെ ഹോങ്കോങ് എയർപോർട്ടിലെത്തിയ ഞാൻ എമിഗ്രേഷൻ കൗണ്ടറിൽ നിന്നു. എന്റെ ഊഴം വന്നു പാസ്പോർട്ട് കൊടുത്തപ്പോഴാണ് പുതിയ ഒരു ഓഫീസർ അവിടെ വന്നതും എന്റെ പാസ്പോർട്ട് എടുത്ത് അദ്ദേഹത്തെ അനുഗമിക്കാനും പറഞ്ഞത്. ഞാൻ അയാളെ അനുഗമിച്ചു മറ്റൊരു ഓഫീസിലെത്തി. ഒരു കസേര ചൂണ്ടിക്കാണിച്ച് അവിടെ ഇരിക്കാൻ ആവശ്യപ്പെട്ടു. എന്റെ ലാപ്ടോപ്പ് ബാഗും കൈയിലുള്ള മറ്റെല്ലാ കടലാസുകളും വാങ്ങിച്ചു. പലതവണ ഞാൻ സീറ്റിൽ നിന്നു എഴുന്നേറ്റ് എന്താണ് സംഭവിക്കുന്നതെന്ന കാര്യം ചോദിക്കാൻ ഭാവിച്ചെങ്കിലും അവർ അതിന് അനുവദിച്ചില്ല. ചായ, കാപ്പി, വെള്ളം, ബിസ്കറ്റ് എന്നിവ യഥേഷ്ടം അവിടെ ഉണ്ടായിരുന്നു. ഏകദേശം രണ്ടു മണിക്കൂർ പരിശോധനയ്ക്കുശേഷം എല്ലാം തിരിച്ചു തന്നു എന്നോട് സോറി എന്ന വാക്കും പറഞ്ഞു.

ഈ എയർപോർട്ടിൽ വരുന്ന അപൂർവം ചിലരെ ഒരു മാനദണ്ഡവുമില്ലാതെ അവിടുത്തെ സ്റ്റേറ്റ് ഹൈ സെക്യൂരിറ്റി ചെക്കിങ്ങിനു വിധേയരാക്കാറുണ്ടത്രെ. ഞാൻ യാദൃച്ഛികമായി ഇതിന്റെ ഇരയായെന്നു മാത്രം. ഇവിടെനിന്നും മോചിതനായ ഞാൻ ഒരുവിധത്തിൽ ഓടിയാണ് ടെർമിനലിന്റെ മറ്റൊരറ്റത്തുള്ള കൊഷിങ്ങിലേക്കുള്ള വിമാനത്തിൽ കയറിപ്പറ്റിയത്.

കൊഷിങ് എയർപോർട്ടിൽ നിന്നു പുറത്തുവരുമ്പോൾ എല്ലാ പ്രാവശ്യവും കാണുക വലിയ ആ ചിരിയോടെ എന്നെയും കാത്തു നിൽക്കുന്ന കോക്കോ എന്ന യുവതിയെയാണ്. ഇന്നും പതിവു തെറ്റിക്കാതെ തണുപ്പിന്റെ കോട്ടും മഫ്ളറും കയ്യുറകളും ധരിച്ചു സുസ്മേരവദനയായി അവൾ നിൽക്കുന്നു. ബിരുദവും ബിരുദാനന്തര ബിരുദവും കാനഡയിലും യുഎസ്എയിലുമായി പഠിച്ച കോക്കോ ഞാൻ പോകുന്ന കമ്പനി ഉടമയുടെ ഏകമകളുമാണ്.

ഈ കമ്പനി നിർമ്മിക്കുന്ന യന്ത്രസാമഗ്രികളുടെ പ്രവർത്തനക്ഷമത നേരിട്ട് മനസ്സിലാക്കാൻ നടത്തുന്ന FAT (Factory Acceptance Test) എന്ന പ്രക്രിയയുടെ ഭാഗമായാണ് ഈ കമ്പനിയിലേക്കുള്ള എന്റെ മിക്കവാറും എല്ലാ യാത്രകളും. ഇവിടെ നിർമ്മിക്കുന്ന എല്ലാ യന്ത്രങ്ങളും ദുബായിലേക്ക് കൊണ്ടുപോകുന്നതിന് മുൻപായി നടത്തുന്ന ഈ ടെസ്റ്റ് നിർണ്ണായകമാണ്. ഈ ടെസ്റ്റിലെ ഒരേ പാളിച്ചകളും പിന്നീട് വലിയ ദുരന്തങ്ങളായി മാറാൻ ഇടവരാമെന്നതുകൊണ്ടു തന്നെ വളരെ ഉത്തരവാദിത്തത്തോടെ ചെയ്യേണ്ടതുമാണ്.

ഈ നഗരത്തിൽ കഴിഞ്ഞ ആറു വർഷങ്ങളിലായി എത്രയോ തവണ പോയിരിക്കുന്നു, അതുകൊണ്ടാണെന്നു തോന്നുന്നു ഈ നഗരവും അതിന്റെ വൈവിധ്യമാർന്ന രീതികളും ഈ നഗരത്തെ എനിക്കേറെ ഇഷ്ടപ്പെട്ട നഗരങ്ങളിലൊന്നാക്കി മാറ്റിയത്. എയർ പോർട്ടിൽ നിന്നു ഞങ്ങൾ ഭക്ഷണം കഴിക്കാനായി ഒരു ജാപ്പനീസ് സുഷി ബാറിലേക്കാണ് പോയത്. സ്മോക്ഡ് മീൻ വളരെ നേരിയ പാളികളാക്കി, ഉള്ളിൽ വേവിച്ച ചോറ് നിറച്ച്, ചെറിയ വളയങ്ങളാ യുള്ള ഭക്ഷണരീതി എനിക്ക് പ്രിയപ്പെട്ടതല്ലെങ്കിലും ആതിഥേയ രുടെ സന്തോഷത്തിനൊത്ത് ഞാനും തീൻമേശയ്ക്കിരുവശവുമായി ഇരുന്നു. കോക്കോ കുശലം ചോദിച്ചു. പിന്നീട് പിറ്റേ ദിവസത്തിന്റെ ടെസ്റ്റിന്റെ പലവിധ വിഷയങ്ങളുമായി സംഭാഷണം മുന്നോട്ടു പോയി. പതിവിനു വിപരീതമായി വളരെ നല്ല ഭക്ഷണമായിരുന്നു കഴിച്ച സുഷിയും അതോടൊപ്പമുള്ള പച്ചനിറത്തിലുള്ള കാന്താരി മുളകിന്റെ പത്തിരട്ടി കാഠിന്യമുള്ള വാസാബി മുളകിന്റെ ചേരുവയും. നാക്കിലുണ്ടാക്കുന്ന അത്രയും കാഠിന്യം, നാസേന്ദ്രിയത്തിലൂടെയും ഉണ്ടാകുന്ന അനുഭവം.

പിറ്റേ ദിവസം കാലത്ത് 7.30ന് കോക്കോയുടെ കൂടെ ഹോട്ടൽ നിന്നു ഫാക്ടറിയിലേക്കു യാത്ര തിരിച്ചു. ഞാൻ എന്റെ മെഷീൻ ടെസ്റ്റിന്റെ തിരക്കിലായി സമയം പോയതറിഞ്ഞില്ല. ഉച്ചഭക്ഷണം ഫാക്ടറിയിൽ നിന്നു കഴിച്ചു മിക്കവാറും എല്ലാ തായ്‌വാൻ കമ്പ നികളിലുമുള്ള നിർബന്ധമായുള്ള ഒരു മണിക്കൂർ ഉച്ച ഉറക്കവും കഴിഞ്ഞ് ഞാൻ ജോലിയിൽ വ്യാപൃതനായി. നാലു മണിയോടെ ജോലി നിർത്തിപോരുമ്പോൾ തികച്ചും നിരാശാജനകമായിരുന്നു ഈ ദിവസത്തെ എന്റെ കണ്ടെത്തലുകൾ. ഇതറിഞ്ഞ കോക്കോ ഓടിവന്ന് എല്ലാ ടെസ്റ്റുകളും നാളെ തുടരാമെന്നും ഈ രാത്രി യിൽ ജോലിക്കാർ പോരായ്മകൾ മാറ്റി നാളേക്ക് എല്ലാം ശരിയാ ക്കാമെന്ന ഉറപ്പിൽ ഞങ്ങൾ തിരിച്ചു ഹോട്ടലിലേക്ക് യാത്ര തിരിച്ചു. ഇന്നു വെള്ളിയാഴ്ചയായതുകൊണ്ട് എന്റെ താത്പര്യപ്രകാരം തായ്‌വാനിലെ പ്രസിദ്ധമായ 'നൈറ്റ് മാർക്കറ്റി'ൽ പോകാമെന്നു കോക്കോ പറഞ്ഞു.

തായ്‌വാനിലെ 'നൈറ്റ് മാർക്കറ്റ്' ലോകത്തെമ്പാടും അറിയപ്പെടു ന്നതാണ്. കൊഷിയുങ് സിറ്റിയിലെ രണ്ട് കിലോമീറ്റർ നീളമുള്ള ഒരു പ്രധാന വീതി രാത്രി 6-10 pm വാഹനയാത്ര മറ്റൊരു സമാ ന്തര വീതിയിലേക്കു മാറ്റി റോഡിന്റെ രണ്ടു വശങ്ങളിലും നിറയെ കടകൾ സജ്ജീകരിച്ചുകൊണ്ടുള്ള കമനീയമായ കാഴ്ച. എൽഇഡി ലൈറ്റിന്റെ വർണ്ണപ്രഭയിൽ, തിരക്കേറിയ ഈ വീതിയിലൂടെ, എല്ലാം

നടന്നു കാണാതെ സന്ദർശകർ തിരിച്ചുപോകാറില്ല. എല്ലാ തരത്തിലുള്ള വില്പന ശാലകളുണ്ടെങ്കിലും ഭക്ഷണ വൈവിധ്യമാണ് പ്രധാനം. കാവത്തും കാച്ചിലും താമരയുടെ കന്നും കൂടാതെ പാമ്പ്, പട്ടി, മുയൽ തുടങ്ങി ചീങ്കണ്ണിമാംസം വരെ സന്ദർശകരുടെ അഭിരുചിക്കനുസരണമായി നിമിഷങ്ങൾക്കുള്ളിൽ അവയുടെ കൂടു വിട്ട് നമ്മുടെ തീൻമേശയിലെത്തും. തണുപ്പിന്റെ കാഠിന്യം കൂടാൻ തുടങ്ങി, ഞങ്ങൾ തായ്‌വാനിലെ എക്കാലത്തെയും എന്റെ പ്രിയ ഭക്ഷണത്തിലൊന്നായ ഹോട്ട്-പോട്ട് പറഞ്ഞു. കോക്കോ തന്ന പാമ്പിന്റെ സൂപ്പ് അല്പം രുചിച്ചു നോക്കി, വളരെ സ്വാദിഷ്ഠമായ സൂപ്പ്.

കോക്കോ കമ്പനിയിലെ ചില ജോലിക്കാർ വിട്ടുപോയതും അതിന്റെ ഫലമായാണ് ഇത്രയും പ്രശ്നങ്ങളെന്നും ഒരു പശ്ചാത്താപമെന്നപോലെ എന്നോട് പറഞ്ഞു. പിറ്റേ ദിവസം എന്റെ ജോലി തുടങ്ങിയെങ്കിലും പ്രശ്ങ്ങൾ കൂടുതൽ സങ്കീർണ്ണമാകുകയും FAT വീണ്ടും ആവർത്തിക്കണമെന്നും പറഞ്ഞു ഞാൻ തിരിച്ചു ഹോട്ടലിലേക്കു പോയി. വളരെ നിരാശ തോന്നി. കോക്കോയ്ക്ക് വളരെ പ്രയാസമുണ്ടെങ്കിലും പിറ്റേന്നത്തെ പ്രാതലിന് കൊക്കോയും ഹോട്ടലിൽ വരാമെന്നു പറഞ്ഞു പിരിഞ്ഞു.

പിറ്റേ ദിവസം കോക്കോയുമായുള്ള പ്രാതൽ കഴിച്ച് ഞങ്ങൾ പോയത് മലമുകളിലുള്ള ഒരു തായ്‌വാൻ ക്ഷേത്രത്തിലേക്കാണ്.

ഗ്രന്ഥകർത്താവ് തായ്‌വാനിൽ

കാഴ്ചയ്ക്കു ഒരു ഷാവോലിൻ ക്ഷേത്രത്തെ അനുകരിക്കുന്നതാണെങ്കിലും ഇവിടെ വരുന്നവർ മരിച്ചവർക്കു മോക്ഷം ലഭിക്കാനായി പ്രാർത്ഥിക്കാനും മറ്റു പല അനുഷ്ഠാനങ്ങളും നടത്താനുമാണ്. എല്ലാം നന്നായി നടക്കാനായി ghost-money (പ്രേതപണം) കത്തിക്കുന്നത് ഇവിടെയുള്ള ഒരു ആചാരമാണ്.

കൊക്കോ പോയി, തായ്‌വാൻ യുവാൻ കൊടുത്ത് ഒരു കെട്ട് പ്രേതപണവുമായി വന്ന് എല്ലാം കത്തിക്കാൻ തുടങ്ങി. ഈ ചടങ്ങിൽ ഞാൻ ആദ്യമായാണ് പങ്കെടുക്കുന്നതെങ്കിലും ഞാനും എനിക്ക് തന്ന പണം കത്തിച്ചു ചാരമാക്കി. ജീവിച്ചിരിക്കുമ്പോൾ നല്ല പ്രവർത്തികൾ ചെയ്യാൻ കഴിയാതെ മരിച്ചുപോയവർക്ക് മോക്ഷം ലഭിച്ചു സ്വർഗ്ഗത്തിലേക്ക് പോകാനായാണ് പ്രേതപണം കത്തിക്കുന്നതത്രെ. ഇപ്പോൾ കൊക്കോ കത്തിക്കുന്ന പ്രേതപണം ഇനിയുള്ള എല്ലാ FAT ടെസ്റ്റുകളും ശരിയായവിധം നടക്കാനായി പരലോകത്തുള്ളവരോടുള്ള ഒരു അഭ്യർത്ഥനയ്ക്കാണ്. എല്ലാ ആചാരങ്ങളെയും അവിടുത്തെ ജനങ്ങൾ നൽകുന്ന പ്രാധാന്യത്തോടെ കാണാനാണ് എനിക്കിഷ്ടം. അതാണ് ആ നാടിന്റെ സംസ്കൃതി.

ഈ യാത്രയിലെ അവസാന മീറ്റിങ്ങിനായി ഞാൻ തായ്പേയിലേക്കുള്ള ട്രെയിൻ സ്റ്റേഷനിൽ എത്തിയപ്പോഴായിരുന്നു കോക്കോയുടെ നീണ്ട നിശ്ശബ്ദതയെ ഭഞ്ജിച്ചുകൊണ്ടുള്ള ചോദ്യം. “നിങ്ങൾക്ക് ഇതിലെല്ലാം വിശ്വാസമുണ്ടോ?” പ്രേതപണം കത്തിച്ചതിന്റെ തുടർ ചിന്തകളിലാണ് കോക്കോ ഇപ്പോഴും. ഈ സമയവും കടന്നു പോകുമെന്നും വിശ്വാസവും യുക്തിയും രണ്ടു സമാന്തര രേഖകളാണെന്നും പറഞ്ഞ് ഞാൻ കാറിൽനിന്ന് പെട്ടിയുമെടുത്ത് യാത്ര തുടർന്നു.

ഏകദേശം മൂന്നു മണിയോടെ തായ്പേയിലെ ഹോട്ടലിൽ എത്തി മുന്നേ തീരുമാനിച്ചതനുസരിച്ച്, നാലു മണിക്കുള്ള മീറ്റിങ്ങിനു ഞാൻ തയ്യാറായി. അഞ്ചു മണി കഴിഞ്ഞും ഞാൻ കാത്തിരുപ്പു തുടർന്നു. പിന്നീടാണ് എന്തോ അത്യാവശ്യ കാരണംകൊണ്ട് കാണേണ്ടയാൾ ഇവിടെ വരാൻ സാധിക്കില്ല എന്നുള്ള സന്ദേശം ഹോട്ടൽ ജോലിക്കാരി വഴി എന്നെ അറിയിക്കുന്നത്. ഈ സിറ്റിയിലേക്ക് വന്നതു തന്നെ ഏറെ നാളായി തീരുമാനിച്ച ഈ ഒരു മീറ്റിങ്ങിനു മാത്രമായിരുന്നു; വീണ്ടും നിരാശയും അമർഷവും ബാക്കി.

പിറ്റേന്ന് വെളുപ്പിന് നാലുമണിക്ക് എയർപോർട്ടിൽ പോകാനായി റേഡിയോ ടാക്സി ബുക്ക് ചെയ്തു ഞാൻ കിടക്കാനുള്ള തയ്യാറെടുപ്പിലായിരുന്നു. രാത്രി പതിനൊന്നു മണി കഴിഞ്ഞതറിഞ്ഞില്ല, പെട്ടെന്നാണ് റോഡിൽ നിന്നും എല്ലാ വണ്ടികളും പ്രത്യേക ഒരു രീതിയിൽ ഹോൺ മുഴക്കുന്നത് കേട്ടത്. ഒരു ഞെട്ടലോടെയാണ്

റൂമിലെ ബെഡ് ലാംപ് ശക്തമായി ചലിക്കുന്നതും ഹോട്ടലിലെ അപായ സൂചനയായ നീണ്ട സൈറൺ കേട്ടതും. ഒരു നടുക്ക ത്തോടെ ഞാൻ ഭൂകമ്പത്തെ തിരിച്ചറിഞ്ഞു. തല ചുറ്റുന്ന പോലെ തോന്നുന്നുണ്ടായിരുന്നു. ക്ഷണനേരംകൊണ്ട് അതിവേഗം പതി മ്മൂന്നാം നിലയിലുള്ള റൂമിൽനിന്നു ഗോവണി വഴി പലരെയും വകഞ്ഞു മാറ്റി താഴെക്ക് എത്തി. എല്ലാവരും കെട്ടിടത്തിൽ നിന്നി റങ്ങി പുറത്തുള്ള കാർ പാർക്കിംഗ് ഭാഗത്തായി നിൽക്കാനായി

ഗ്രന്ഥകർത്താവ് തായ്‌വാൻ ക്ഷേത്രത്തിനു മുൻപിൽ

ഹോട്ടൽ ജീവനക്കാർ ഉറക്കെ വിളിച്ചു പറയുന്നത് കേട്ടു. അര മണിക്കൂറിനുള്ളിൽ പല പ്രാവശ്യം തുടർചലനങ്ങളുണ്ടായി. കൂട്ടക്കരച്ചിലുകളുടെയും പരിഭ്രാന്തരായി ഓടുന്ന ജനങ്ങളുടെയും ബഹളം എങ്ങും കാണാമായിരുന്നു. ഞാനും ഇതെല്ലാം കണ്ട് നിസ്സംഗതയോടെ ഏറെ നേരം അവിടെത്തന്നെ നിന്നു.

കേവലം മൂന്നു വർഷങ്ങൾക്കു മുന്നേയാണ് ഇതേ സിറ്റിയിൽ ഞാൻ ഉച്ചയ്ക്ക് ഭക്ഷണം കഴിച്ചുകൊണ്ടിരിക്കുമ്പോൾ, തീൻ മേശയിൽനിന്നു മറ്റുള്ളവർക്കൊപ്പം പുറത്തേക്ക് ഓടിപ്പോയതും.

രണ്ടു മണി കഴിഞ്ഞു, ഒരാളും ഹോട്ടലിനകത്തേക്കു പോകുന്നില്ല. പാസ്പോർട്ടും പെട്ടിയും എങ്ങനെ എടുക്കുമെന്നുള്ള എന്റെ വ്യാകുലത തുടർന്നു. ഒടുവിൽ എന്റെ രക്ഷയ്ക്ക് ഒരു ഹോട്ടൽ ജീവനക്കാരൻ പോയി റൂമിലെ എന്റേതെന്നു അയാൾക്ക് തോന്നുന്ന എല്ലാം ഒരു ഭാണ്ഡത്തിലാക്കി കൊണ്ടുവന്നു.

ഞാൻ പെട്ടെന്ന് തയ്യാറായി, മുന്നേ ബുക്ക് ചെയ്ത റേഡിയോ ടാക്സിക്കായി കാത്തു നിന്നു. 4.30 കഴിഞ്ഞും കാർ വന്നില്ല. നിരത്തിൽ ഒരു വാഹനവുമില്ല. ഇനിയും വൈകിയാൽ എന്റെ യാത്ര തന്നെ മുടങ്ങുമെന്നുള്ള ചിന്തയിലായി. ഇപ്പോഴും ജനങ്ങൾ കാർ പാർക്കിൽ ഇരുപ്പാണ്. ഈ സ്ഥിതി മനസ്സിലാക്കിയ ഹോട്ടൽ ജീവനക്കാരൻ സഹായത്തിനായി എന്റെ കൂടെ വന്നു. എയർപോർട്ടിൽ പോകാനായി ഏതെങ്കിലും വാഹനത്തിനായി എന്നോടൊപ്പം റോഡിൽ അയാളും നിലയുറപ്പിച്ചു. ഈ അവസരത്തിൽ മഞ്ഞു വീഴ്ചയും തുടങ്ങിയതോടെ എയർപോർട്ടിൽ എത്താനുള്ള സാധ്യതകളും എന്നിൽ നിന്നകന്നു തുടങ്ങി. മർഫീസ് ലോ എന്നറിയപ്പെടുന്ന വിചിത്രമായ സങ്കൽപം ശരിയാണോ എന്നുപോലും തോന്നിപ്പിക്കുന്ന രീതിയിലായിരുന്നു ഒന്നിനു പിന്നിൽ ഒന്നായി വരുന്ന നിരാശാജനകമായ സംഭവവികാസങ്ങൾ. പരാജയങ്ങളുടെ ഒരു ഘോഷയാത്ര.

അല്പസമയത്തിനു ശേഷം അതു വഴി ഒരു കാർ വന്നു. അതൊരു ടാക്സി പോലുമല്ലായിരുന്നു. ഹോട്ടൽ ജീവനക്കാരൻ എന്റെ അവസ്ഥ കാർ ഡ്രൈവറോട് പറഞ്ഞു മനസ്സിലാക്കി. വളരെ പ്രായം ചെന്ന ആ ഡ്രൈവർ ഭൂകമ്പത്തിൽ ചെറിയ പരുക്ക് പറ്റിയ അദ്ദേഹത്തിന്റെ അയൽവാസിയെ അടുത്തുള്ള ഹോസ്പിറ്റലിൽ എത്തിച്ചു മടങ്ങുകയാണ്. എന്നെ സാകൂതം വീക്ഷിച്ച ആ വയസ്സൻ ഡ്രൈവർ ചിരിച്ചുകൊണ്ട് എന്നെ എയർപോർട്ടിൽ എത്തിക്കാമെന്ന് പറഞ്ഞു. കേവലം രണ്ടു മണിക്കൂർ മാത്രമാണ് ഫ്ളൈറ്റ് പോകാനായി ഇനി ബാക്കി, തായ്പേയിൽ നിന്നു ഒരു മണിക്കൂറിലധിക ദൂരമുണ്ട് എയർപോർട്ടിലേക്ക്. എന്നോട് കാറിൽ ഇരിക്കാൻ

പറഞ്ഞു പുറത്തേക്കിറങ്ങിയ വയസ്സൻ ഡ്രൈവർ 'ടൈച്ചി' എന്ന വ്യായാമമുറകൾ ചെയ്യാൻ തുടങ്ങി. 5-10 നിമിഷനേരം ശ്വാസം വലിച്ചും നൃത്തച്ചുവടുകൾ പോലെയുമുള്ള വ്യായാമമുറകൾ ചെയ്തും വണ്ടിയിൽ കയറിയ അയാൾ ഉടൻ യാത്ര തുടർന്നു. ഡ്രൈവർ എന്നെ നോക്കി ഇടയ്ക്കിടയ്ക്ക് മോണ കാണിച്ചു കണ്ണിറുക്കി ചിരിച്ച് എന്തോ സ്വയം പറഞ്ഞുകൊണ്ടേയിരുന്നു. ഓരോ നിമിഷവും ഞാൻ മുന്നോട്ടാഞ്ഞു എയർപോർട്ട് നോക്കിയിരുന്നു.

ശക്തമായ മഞ്ഞു വീഴ്ചതുടങ്ങിയ ഈ റോഡിലൂടെ വാഹനമോടിക്കുക എന്നത് വളരെ ദുസ്സഹമായിരുന്നു. ഫ്ളൈറ്റ് പോകാനായി കേവലം അമ്പത് മിനിറ്റ് മാത്രം ബാക്കിയുള്ളപ്പോൾ ഞാൻ എയർപോർട്ടിലെത്തി. ധൃതിയിൽ പെട്ടിയെടുത്തു ഡ്രൈവറോട് നന്ദി പറഞ്ഞു കാറിൽനിന്നിറങ്ങി ഓടിപ്പോയി. ഒരു വിധേനെയാണ് അവസാന നിമിഷത്തിലെങ്കിലും പ്ലെയിനിൽ കയറാൻ സാധിച്ചത്. പെട്ടെന്നാണ് ഞാൻ പ്രായം ചെന്ന ആ ഡ്രൈവർക്കു ടാക്സിയുടെ കാശു കൊടുക്കാൻ മറന്നുപോയി എന്ന സത്യം വളരെ പ്രായസത്തോടെ അറിയുന്നത്.

ഇക്കഴിഞ്ഞ അഞ്ചു ദിവസത്തെ യാത്രയിൽ തുടക്കം മുതൽ ഈ നിമിഷംവരെ ഒരു കാര്യംപോലും ശരിയായി നടന്നിരുന്നില്ല. പൂർണ്ണ പരാജയമായി തിരിച്ചുപോകുന്ന ഈ യാത്രയിൽ ഏക ആശ്വാസം എന്നെ ഇവിടെയെത്തിക്കാൻ വലിയ മനുഷ്യൻ കാണിച്ച കനിവ് മാത്രമായിരുന്നു. മനപ്പൂർവ്വമല്ലെങ്കിലും യാത്രാക്കൂലി കൊടുക്കാൻ കഴിയാത്തതിൽ എനിക്ക് എന്നോടുതന്നെ പുച്ഛം തോന്നുന്നു.

ഡിസംബർ ഇരുപത്തിനാലാം തിയ്യതി, കുട്ടികൾക്ക് കൊടുത്ത വാക്ക് പാലിക്കാൻ കഴിഞ്ഞതിലും അതിലുപരി ക്രിസ്തുമസ്സിനു വീട്ടിൽ എത്തിയതിലുമെല്ലാം സന്തോഷത്തിമുണ്ടെങ്കിലും എന്നെ ഏറെ അലട്ടുന്നത് ആ ഡ്രൈവറെക്കുറിച്ചോർത്താണ്.

കോക്കോയെ നിരന്തരമായി ഫോണിൽ വിളിച്ചു നടന്നതെല്ലാം പറഞ്ഞ് ഡ്രൈവറെ ബന്ധപ്പെടാനായി ഓർമ്മപ്പെടുത്തി. അവസാനം ഹോട്ടലിലേക്കുള്ള വഴിയിലെ ഒരു CCTV ക്യാമറയിൽ നിന്ന് കിട്ടിയ കാർ നമ്പറിൽ വിളിച്ചു കോക്കോ ഉണ്ടായതെല്ലാം ആ ഡ്രൈവറോട് പറഞ്ഞു. ഞാൻ പറഞ്ഞതനുസരിച്ചു ഇരട്ടി കൂലി കൊടുക്കാൻ തുനിഞ്ഞ കോക്കോയോട് അയാൾ പറഞ്ഞത് കേട്ടു അക്ഷരാർത്ഥത്തിൽ ഞാനും അമ്പരന്നു.

ഞാൻ കാറിൽ യാത്ര ചെയ്യുമ്പോഴും പിന്നീട് കാറിൽ നിന്നു ഇറങ്ങുമ്പോഴും ഞാൻ കാണിക്കുന്ന തിടുക്കം മനസ്സിലാക്കിയ അയാൾ, മനപ്പൂർവം കൂലി ചോദിക്കാതിരുന്നതാണെന്നും അതു

മൂലം എന്റെ ഫ്ളൈറ്റ് കിട്ടാതിരുന്നാൽ അയാൾക്ക് വളരെ വിഷമമാകുമെന്നുമാണ് കോക്കോയോട് പറഞ്ഞത്. ഞാൻ പ്രതിഫലത്തിനല്ല, ശ്രീബുദ്ധന്റെ നാട്ടിൽ നിന്നു വന്ന അതിഥിയെ അന്ന് കൊണ്ടുപോയത്. ഭൂചലനം ഉണ്ടായി പരിഭ്രാന്തിയോടെ സഹായത്തിനായി അഭ്യർത്ഥിച്ചപ്പോൾ അനാരോഗ്യമുള്ള എനിക്ക് ആ അഭ്യർത്ഥന നിരസിക്കാൻ കഴിഞ്ഞില്ല. എന്നെ ബന്ധപ്പെടാൻ നിങ്ങൾ പരിശ്രമിച്ചതാണ് എന്റെ വലിയ പ്രതിഫലം എന്നുമാണ് ആ വലിയ മനസ്സിന്റെ ഉടമയായ ചെൻ ലീ കോക്കോയോട് പറഞ്ഞത്. അദ്ദേഹം കോക്കോയോട് പറഞ്ഞ തായ്വാനിലുള്ള ഒരു പഴമൊഴി ഇവിടെ കുറിക്കുന്നു; ആരോഗ്യത്തിലുള്ളപ്പോൾ വിതയ്ക്കുന്ന നല്ല വിത്തുകൾ കൊയ്ത്തുകാലത്ത് അനാരോഗ്യത്തിലുള്ള നിങ്ങൾക്കോ നിങ്ങളുടെ പിൻഗാമികൾക്കോ ഉപകാരമാകും. ഈ പഴമൊഴിയോട് സാമ്യമുള്ളവ പല ഭാഷയിലായി എത്രയോ തവണ കേട്ടവരാണ് നമ്മൾ. പക്ഷേ ശരിയായ അർത്ഥം മനസ്സിലാക്കുന്നവർ നമുക്ക് ചുറ്റും എത്ര പേർ?

2009ന് ശേഷമുള്ള ഓരോ ക്രിസ്തുമസ്സ് കാലങ്ങളിലും കാലം മായ്ക്കാത്ത ചെൻ ലീയുടെ ഓർമ്മകളാണ് മനസ്സ് നിറയെ. ■

മൈക്കിളിന്റെ അതിജീവനം

നീണ്ട പതിനഞ്ചു വർഷത്തെ സേവനത്തിനുശേഷം 2008ൽ ഞാൻ ജോലിചെയ്യുന്ന ദുബായിയിലെ കമ്പനിയിൽനിന്ന് രാജിവെക്കാൻ തീരുമാനിച്ച ദിവസം. എന്റെ രാജിക്കാര്യം പലതവണ അക്കാലത്തെ എന്റെ ബോസായിരുന്ന ഗ്രീക്ക് വംശജനായ റീജിയണൽ ഡയറക്ടറുമായി പങ്കു വെച്ചിരുന്നു. ജോലി സമയം കഴിഞ്ഞു എല്ലാവരും പോയപ്പോഴാണ് എന്റെ രാജിക്കത്ത് കൊടുക്കുന്നത്. എന്റെ ആഗമനോദ്ദേശ്യം എന്താണെന്ന് അദ്ദേഹത്തിന് മുന്നേ അറിയാവുന്നതുകൊണ്ട് നോക്കാമെന്നു പറഞ്ഞ് ഞങ്ങൾ പിരിഞ്ഞു.

പിറ്റേന്നാൾ എന്നെ വിളിച്ച് മറ്റൊരു കത്ത് എനിക്കുനേരെ നീട്ടി, വായിക്കാൻ പറഞ്ഞു. കഴിഞ്ഞ പല വർഷങ്ങളിലും ഞാൻ അതിയായി ആഗ്രഹിച്ച കമ്പനിയുടെ, യൂറോപ്പിൽ നടക്കുന്ന ട്രെയിനിങ്ങിനുള്ള സെലക്ഷന്റെ കത്ത്. ഇറ്റലിയിലെ വെനീസിൽ ഒരാഴ്ചയും പിന്നീടുള്ള ഒരാഴ്ച കമ്പനിയുടെ ആസ്ഥാനമായ പാരീസിലും. ട്രെയിനിങ് കഴിഞ്ഞു വന്നതിനുശേഷം രാജിയിക്കുറിച്ചു വീണ്ടും ആലോചിക്കൂ എന്ന താക്കീതും തന്ന് എന്റെ ബോസ് യാത്രാമംഗളങ്ങൾ നേർന്നു.

അങ്ങനെ ആദ്യമായി ഞാൻ വെനീസിൽ എത്തി. ഇറ്റലിയിൽ മുമ്പൊരിക്കൽ വന്നിട്ടുണ്ടെങ്കിലും ആദ്യമായാണ് വെനീസിൽ വരുന്നത്. ട്രെയിനിങ് നടക്കുന്ന ഹോട്ടലിലേക്ക് എയർപോർട്ടിൽ നിന്നു ട്രെയിനിലും പിന്നീട് ബോട്ടിൽ യാത്ര ചെയ്തുമാണ് എത്തിയത്. അന്തരീക്ഷ മലിനീകരണ നിർമാർജ്ജനത്തിന്റെ ഭാഗമായി ഇവിടെ മോട്ടോർ വാഹനങ്ങൾ വിരളമാണ്. എല്ലാവരും യാത്രയ്ക്കായി ബോട്ട്യാത്രയെയാണ് ആശ്രയിക്കാറ്.

ഒമ്പതാം നൂറ്റാണ്ടു മുതൽ പതിനേഴാം നൂറ്റാണ്ടുവരെ, വാണിജ്യത്തിന്റെ സിരാകേന്ദ്രമായ വെനീസ് ഇപ്പോഴും അതിന്റെ എല്ലാ പ്രൗഢിയോടും കൂടെ നിൽക്കുന്നു. കമനീയമായ പുരാതന

വെനീസിൽ ഇടുങ്ങിയ കനാലിലൂടെ ഗൊണ്ടോല എന്ന കൊതുമ്പ് വള്ളം തുഴഞ്ഞുപോകുന്നവർ

ക്രിസ്ത്യൻ പള്ളികളും അതിമനോഹരമായ നിരത്തുകളും അതിനോടുചേർന്നുള്ള നിരയായുള്ള കഫേകളും വെനീസിലേക്ക് സന്ദർശകരെ ആകർഷിക്കുക സ്വാഭാവികം. അനേകം ഇടുങ്ങിയ കനാലുകളും അതിലൂടെ ഗൊണ്ടോല എന്ന കൊതുമ്പുവള്ളം തുഴഞ്ഞു പോകുന്നതും എനിക്ക് നല്ലൊരു അനുഭവമായിരുന്നു. ദേവാലയങ്ങളുടെ താഴെയുള്ള നീണ്ട ഭൂഗർഭഅറയിൽ വീഞ്ഞ് ശേഖരിച്ചു വച്ചിട്ടുള്ള പുരാതന സംവിധാനം കൗതുകത്തോടെ നടന്നു കണ്ടു. നൂറ്റാണ്ടുകൾ പഴക്കമുള്ള ഈ ഇടനാഴിയിൽ മരത്തിന്റെ നൂറുകണക്കിന് വീപ്പകളിൽ ഇപ്പോൾ വീഞ്ഞ് ഉണ്ടോ എന്ന് അറിയില്ല.

ട്രെയിനിങ്ങിന്റെ ആദ്യ ദിവസം പല രാജ്യങ്ങളിൽനിന്നും വന്ന ഇരുപത്തിയെട്ടുപേരെ പരിചയപ്പെട്ടു, ഇന്ത്യക്കാരനായി ഞാൻ മാത്രമാണ് ഉണ്ടായിരുന്നത്. പല തരത്തിലുള്ള ക്ലാസ്സുകളും ഗ്രൂപ്പ് ഡിസ്കഷനുമായി രണ്ടു ദിവസം കടന്നുപോയി. മൂന്നാമത്തെ ദിവസം വന്നെത്തി, ഈ ദിവസം താമസിക്കുന്ന ഹോട്ടലിനടുത്തുള്ള മറ്റൊരു പുരാതന ഹോട്ടലിലായിരുന്നു രാത്രിഭക്ഷണം. കനാലിനോട് ചേർന്നു കിടക്കുന്ന വിശാലമായ ഈ റെസ്റ്റോറന്റിന് 400 വർഷത്തിലേറെയുള്ള പഴക്കമുണ്ട്. എല്ലാവർക്കും വളരെ സുപരിചിതവുമാണ്. ഹോട്ടലിനു ചുറ്റും നടന്നു കാണാൻ പോയ ഞാൻ

ഹോട്ടലിന്റെ പിൻഭാഗത്ത്, അധികം വെളിച്ചമില്ലാത്ത കനാലിനോട് ചേർന്നു കിടക്കുന്ന സ്ഥലത്തുവെച്ചാണ് 'നമസ്തേ' എന്ന ശബ്ദം കേട്ടത്. തിരിഞ്ഞു നോക്കിയപ്പോൾ പിന്നിൽ നിറഞ്ഞ പുഞ്ചിരിയോടെ, തലയിൽ തൊപ്പിയും വെള്ള നിറത്തിലുള്ള പാചകക്കാരന്റെ വേഷത്തിൽ നിൽക്കുന്ന, ആ യുവാവിനെയും കണ്ടത്. 'നമസ്തേ' എന്നു ഞാനും പറഞ്ഞു.

ഞങ്ങൾ പരസ്പരം പരിചയപ്പെട്ടു. പിന്നീടുള്ള എല്ലാ ദിവസങ്ങളിലും രാത്രിയിൽ മാത്രം ജോലിക്കു വരുന്ന മൈക്കിൾ എന്ന പാചകക്കാരന്റെ സഹായിയെ കാണുമായിരുന്നു. 5-6 ദിവസത്തെ പരിചയമേ ഞങ്ങൾ തമ്മിൽ ഉള്ളൂവെങ്കിലും അത് ഒരു ഊഷ്മള ബന്ധത്തിലേക്കുള്ള തുടക്കമായിരുന്നു. ആദ്യ ദിവസം തന്നെ ഞാൻ എന്റെ പാരീസിലേക്കുള്ള യാത്രയും അതിനു ശേഷം ലൂർദിൽ പോകാനുമുള്ള എന്റെ യാത്രയുടെ വിശദാംശങ്ങൾ പറഞ്ഞിരുന്നു. ലൂർദിൽ പോകാനുള്ള എന്റെ പ്ലാൻ കേട്ടതും മൈക്കിൾ എന്റെ രണ്ടു കൈകളും പിടിച്ചു തന്നെ സഹായിക്കണമെന്ന് പറഞ്ഞു. എനിക്കൊന്നും മനസ്സിലാകാതെ താൻ വളരെ പരുങ്ങലിലായ നിമിഷങ്ങൾ.

ശ്രീലങ്കയിൽ നിന്നുള്ള തമിഴ്വംശജനായ മൈക്കിൾ, തന്റെ ജീവിത കഥ 5-6 ദിവസത്തെ രാത്രിയിലുള്ള ഞങ്ങളുടെ കൂടിക്കാഴ്ചയിൽ എന്നോട് പറഞ്ഞു. കരളലിയിപ്പിക്കുന്ന അതിജീവനത്തിന്റെ നാളുകൾ നനവുള്ള കണ്ണുകളോടെയായിരുന്നു കേട്ടത്. ശ്രീലങ്കയിലെ ജാഫ്നയിലുള്ള ഒരു അനാഥമന്ദിരത്തിൽ വളർന്ന മൈക്കിളിനു മാതാപിതാക്കൾ ആരാണെന്നുപോലും അറിയില്ല. 1980-90 കാലഘട്ടത്തിൽ ജാഫ്നയിലെ ആഭ്യന്തര കലാപത്തിൽ അനാഥമന്ദിരത്തിന്റെ നടത്തിപ്പ് നിശ്ചലമാകുകയും പിന്നീടുള്ള കാലഘട്ടം പല ദുരിതാശ്വാസക്യാമ്പുകളിലുമായിരുന്നു. 22 വയസ്സുള്ള മൈക്കിൾ താമസം, പിന്നീട് ക്യാമ്പിനു പുറത്താക്കി.

ക്യാമ്പിലുള്ള 18 വയസ്സായ മല്ലിക എന്ന കുട്ടിയെ ഇഷ്ടപ്പെടുകയും തന്റെ ജീവിതസഖിയാക്കിയുമാക്കിയിരുന്നു. ആ കുട്ടിയെ വട്ടമിട്ടു ചുറ്റും പറക്കുന്ന പല കഴുകന്മാരുടെയും കൈയിൽ നിന്നുള്ള രക്ഷപ്പെടുത്തലായിരുന്നു പെട്ടെന്നുള്ള കല്യാണത്തിൽ കലാശിച്ചത്. മല്ലിക കുഞ്ഞായിരുന്നപ്പോൾതന്നെ ഏതോ രോഗത്താൽ അമ്മയെ നഷ്ടപ്പെട്ടിരുന്നു. അച്ഛന്റെ പരിലാളനയിൽ ഒമ്പതു വർഷത്തോളം വളർന്ന മല്ലികയ്ക്കു ആ താങ്ങും പിന്നീട് നീറുന്ന ഓർമ്മയായി. ജോലി കഴിഞ്ഞുവരുന്ന അച്ഛനും കൂടെയുണ്ടായിരുന്ന മറ്റു രണ്ടുപേരും വംശീയപകയുടെ ഭാഗമായി നിലത്തു കുഴിച്ചിട്ട മൈൻ പൊട്ടി എന്നേക്കുമായി യാത്രയായി. മല്ലികയുടെ ഏക

ആശ്രയവും അറ്റു. നിസ്സഹായതയുടെയും തിരസ്ക്കരണത്തിന്റെയും ഫലങ്ങൾ ആവോളം അനുഭവിച്ച ബാല്യവും കൗമാരവും. മൈക്കിളിനെ ക്യാമ്പിൽ കണ്ടുമുട്ടിയതായിരുന്നു മല്ലികയുടെ ജീവിതത്തിലെ നാഴികക്കല്ല്. അവൾക്കു മുന്നിലെ ഏക നന്മമരം. അധികം താമസിയാതെ മല്ലിക ഒരു അമ്മയാകുന്നു എന്നറിഞ്ഞതിന്റെ വളരെ അടുത്ത ദിവസം മൈക്കിളിനു യൂറോപ്പിലേക്ക് കടക്കാനായി ഒരു അവസരം ശരിയാകുകയും പിന്നീട് പല രാജ്യങ്ങളിലൂടെ അനധികൃതമായി യാത്ര ചെയ്ത് മൂന്നു മാസത്തിനു ശേഷം ഇറ്റലിയിലെ വെനീസിൽ എത്തുകയുമാണുണ്ടായത്. മൈക്കിൾ വെനീസിൽ വന്നിട്ട് നാലു വർഷമായി. ഇതിനിടെ പല ജോലികൾ ചെയ്തു, തിരികെ പോയി തന്റെ മകളെ ഒരു നോക്ക് കാണുവാൻ ഇതുവരെ സാധിച്ചിട്ടില്ല. വേണ്ടത്ര ഡോക്യുമെന്റ്സ് ഇപ്പോഴും തയ്യാറാക്കുന്ന തിരക്കിലാണ് മൈക്കിൾ. ഈയിടെയാണ് മൂന്നു വയസ്സുള്ള മരിയ എന്ന മകൾക്ക് കാലിന്റെ ശേഷി കുറഞ്ഞുവരുന്നുവെന്നും പിന്നെ നടക്കാൻ സാധിക്കാതെയുമായി എന്നറിയുന്നതും.

ഭക്ഷണത്തിനു തന്നെ ക്യാമ്പിൽ ബുദ്ധിമുട്ടുന്ന മല്ലികയ്ക്ക് പട്ടണത്തിൽ പോയി കുട്ടിക്കുള്ള വേണ്ടുന്ന പരിചരണം കൊടുക്കുക എന്നത് ബുദ്ധിമുട്ടാണ്. ഇതെല്ലാം എന്നോട് പങ്കുവെക്കുമ്പോൾ നെഞ്ചിലെ എരിയുന്ന നെരിപ്പോടിനെ മൈക്കിൾ എത്ര പണിപ്പെട്ടാണ് സ്വതസിദ്ധമായ പുഞ്ചിരിയോടെയും തിളക്കമുള്ള കണ്ണുകളോടെയും മറച്ചിരിക്കുന്നത്.

ഞാൻ പാരീസിലേക്കു പോകുന്ന ദിവസം മൈക്കിൾ ഹോട്ടലിൽ വന്നു എനിക്ക് ചെറിയ ഒരു പേപ്പർ കവർ തന്നു. ഈ കവർ ലൂർദിൽ കന്യകാമറിയം പ്രത്യക്ഷപ്പെട്ട സ്ഥലത്തിനു താഴെയുള്ള ഭണ്ഡാരത്തിൽ ഇടണമെന്നും ഈ പേപ്പർ കവർ വേറെ ആരെയും ഏല്പിക്കരുതെന്നും പറഞ്ഞു. കൂടാതെ മരിയ നടക്കാനായി മാതാവിനോട് നന്നായി പ്രാർത്ഥിക്കണമെന്നും ആവശ്യപ്പെട്ടു. മൈക്കിളിനെ എനിക്ക് സാധിക്കുന്നതു പോലെ ആശ്വാസിപ്പിച്ച് ഞാൻ യാത്ര തിരിച്ചു.

ട്രെയിനിങ് നാളുകൾ അതിവേഗം കടന്നു പോയി. ഞാൻ ദുബായിലേക്ക് തിരിച്ചു പോകുന്നതിനേക്കാൾ മുന്നേ, പാരീസ് നഗരവും പ്രാന്തപ്രദേശങ്ങളും ചുറ്റിക്കാണാനായി തീരുമാനിച്ച ദിവസം മാറ്റി. അടുത്ത 2-3 ദിവസം കൊണ്ട് ഈ സിറ്റിയും സമീപസ്ഥലങ്ങളും കാണാനുള്ള പ്രധാന സ്ഥലങ്ങളുടെ ലിസ്റ്റും തയ്യാറാക്കി.

രണ്ടു ദിവസം കൊണ്ട് ഈഫെൽ ഗോപുരം, ലൂവ്ര് മ്യൂസിയം, നോത്രദാം കത്തീഡ്രലും പിന്നീട് സെൻ നദിയിലൂടെ അത്താഴ

പാരീസിലെ ഈഫൽ ഗോപുരം

വിരുന്നോടെയുള്ള ബോട്ട് യാത്രയും കഴിഞ്ഞു. ഈഫെൽ ടവറിനകത്തുള്ള ജൂൾസ് വെർനെ എന്ന റെസ്റ്റോറ്റാന്റിലെ പ്രധാന വിഭവമായ ജീവനുള്ള ഓയിസ്റ്റർ നാരങ്ങാ നീരു ഒഴിച്ച് കഴിച്ചത് പുതിയ അനുഭവമായിരുന്നു. ഈഫെൽ ടവറിനകത്തുള്ള സന്ദർശകരുടെ ഡക്കിൽ നിന്നും ലോകത്തിലെ എല്ലാ മഹാനഗരങ്ങളിലേക്കുമുള്ള ദൂരം രേഖപ്പെടുത്തിയിരിക്കുന്നു. പ്രവാസം തുടങ്ങി രണ്ടു പതിറ്റാണ്ടു കഴിഞ്ഞതുകൊണ്ടായിരിക്കാം, ഇവിടെനിന്നും നാട്ടിലേക്കുള്ള ദൂരമെത്രയെന്നു നോക്കാനായി എന്നിലൊരു മോഹം ജനിച്ചത്.

ഇന്ത്യൻ നഗരത്തിലേക്കും കേരളത്തിലേക്കും തുടർന്ന് കുന്നംകുളത്തേക്കുമുള്ള ദൂരം നോക്കി, 16,160 കിലോമീറ്റർ.

ഞാൻ ലൂർദിലേക്കുള്ള യാത്രയുടെ ഭാഗമായി ഹോട്ടലിൽ നിന്നും ട്രാം വഴി 1800കളിൽ സ്ഥാപിതമായ പ്രധാന റെയിൽവേ സ്റ്റേഷനായ മോന്റ് പർനസ്സെയിലെത്തി.

പാരീസിൽ നിന്നു ആറു മണിക്കൂർ യാത്ര ചെയ്തു ഞാൻ ലൂർദ് റെയിൽവേ സ്റ്റേഷനിൽ എത്തുമ്പോൾ, സമയം രാതി ഏഴു മണി കഴിഞ്ഞിരുന്നു. ഡിസംബർ മാസത്തിലെ വളരെ തണുപ്പുള്ള കാലാവസ്ഥ. ലൂർദിലെ കത്തീഡ്രലിനടുത്തുള്ള ഹോട്ടലിൽ റൂം മുന്നേ തരപ്പെടുത്തിയിരുന്നു. പിറ്റേദിവസം കാലത്തു ഏഴു മണിക്കു തിരിച്ചു പോകേണ്ടതിനാൽ, രാത്രിയിൽതന്നെ ലൂർദിൽ മാതാവ് പ്രത്യക്ഷപ്പെട്ടു എന്നു പറയുന്ന ബസിലിക്ക ഉള്ള സ്ഥലത്തു പോയി മൈക്കിൾ തന്ന കവർ ഭണ്ഡാരത്തിൽ നിക്ഷേപിക്കാനായി പുറപ്പെട്ടു.

തണുപ്പിനെ അതിജീവിക്കാനായുള്ള എല്ലാ വസ്ത്രധാരണത്തോടെയുമായിരുന്നു യാത്ര. തുറന്നു കിടക്കുന്ന ബസിലിക്കയുടെ കവാടങ്ങൾ കടന്നു ചൂണ്ടുപലകയിൽ കാണിച്ച ദിശയിലേക്ക് ഗ്രോട്ടോവിനെ ലക്ഷ്യമാക്കി നടന്നു. ഈ തണുപ്പിൽ നടക്കുന്ന വഴിയിലൊന്നും ആരെയും കണ്ടില്ലായിരുന്നു പക്ഷേ ഗ്രോട്ടോയ്ക്കു അടുത്ത് എത്തിയപ്പോൾ അതേ പള്ളി അങ്കണത്തിൽ താമസിക്കുന്ന പ്രായമുള്ള ഒരു കന്യാസ്ത്രീ അവിടെ മുട്ടുകുത്തി പ്രാർത്ഥിക്കുന്നുണ്ടായിരുന്നു. ഞാൻ അല്പം മാറി നിന്നു മലമുകളിൽ മാതാവ് പ്രത്യക്ഷപ്പെട്ട അതേ സ്ഥലത്തുള്ള മാതാവിന്റെ രൂപം നോക്കി മരിയയ്ക്കുവേണ്ടി പ്രാർത്ഥിച്ചു. കത്തുന്ന മെഴുകുതിരിയുടെ

ലൂർദ്, പാരീസ്

ശോഭയിൽ ആ മുഖത്തു നിന്നു വല്ലാത്തൊരു പ്രഭയൊഴുകുന്നുണ്ടായിരുന്നു.

മൈക്കിൾ തന്ന കവർ ഇടാനുള്ള ഭണ്ഡാരത്തിനു മുന്നിലായി പ്രായമുള്ള അവർ നിൽക്കുന്നത് എന്നെ വിഷമത്തിലാക്കി. അല്പ സമയത്തെ കാത്തിപ്പിരിപ്പിനുശേഷം ഞാൻ ചുമച്ചു ശബ്ദമുണ്ടാക്കി. പ്രായത്തിന്റെ ചുളിവുകൾ വീണ മുഖം തിരിച്ചു ഒന്നു മന്ദഹസിച്ചു. പിന്നീട് എന്റെ ഇംഗിതം മനസ്സിലായപോലെ എനിക്കു നേരെ കൈ നീട്ടി. ഞാൻ കൈയിലുള്ള കവർ അവർക്ക് കൊടുത്തുകൊണ്ട് തിരിച്ചു നടന്നു. മഞ്ഞുവീഴ്ച തുടങ്ങിയതോടെ എത്രയും പെട്ടെന്ന് ഹോട്ടലിൽ എത്താനുള്ള ധൃതിയിലായിരുന്നു ഞാൻ. ഹോട്ടലിൽ എത്തിയപ്പോഴാണ് മൈക്കിൾ ഈ കവർ ആർക്കും കൈമാറാതെ ഭണ്ഡാരത്തിൽ തന്നെ ഇടണമെന്ന് പറഞ്ഞിട്ടുണ്ടായിരുന്നു എന്ന് ഓർത്തത്.

മൈക്കിളിന് കൊടുത്ത വാക്ക് പാലിക്കാൻ കഴിയാത്തതിൽ ചെറിയൊരു ധർമസങ്കടത്തോടെ ഞാൻ തിരിച്ചു പോക്കിനുള്ള തയ്യാറെടുപ്പുകൾ തുടങ്ങി. പിറ്റേ ദിവസം റെയിൽവേ സ്റ്റേഷനിൽ നേരത്തെ എത്തി, കേവലം 6–7പേർ മാത്രമാണ് ഈ സ്റ്റേഷനിൽ നിന്നു പാരീസിലേക്കുള്ള ട്രെയിനിൽ കയറാൻ കാത്തുനിൽക്കുന്നത്. അങ്ങനെ ട്രെയിൻ വന്നു എന്റെ യാത്ര തുടർന്നു. പാരീസ് എത്തുന്നതിനു മുന്നേ വാഷ് റൂമിൽ പോകാൻ എഴുന്നേറ്റ ഞാൻ അതിശയത്തോടെയാണ് തലേദിവസം മുട്ടിൽ നിന്നു പ്രാർത്ഥിച്ചുകൊണ്ടിരുന്ന പ്രായമുള്ള ആ കന്യാസ്ത്രീഅമ്മയെ ട്രെയിനിൽ കണ്ടത്. ഞാൻ റെസ്റ്റ് റൂമിൽ നിന്നു പുറത്തു വന്നപ്പോൾ അവർ ആ സീറ്റിൽ നിന്ന് മറ്റെവിടേക്കോ പോയിരുന്നു. ആദ്യം കണ്ടപ്പോൾ തന്നെ സംസാരിക്കാമായിരുന്നു എന്നു ഇപ്പോൾ തോന്നുന്നു. എല്ലാവരും പാരീസ് സ്റ്റേഷനിൽ ഇറങ്ങാനായി പെട്ടിയുമായി വാതിലിന്റെ വശത്തേക്ക് നടക്കുന്ന തയ്യാറെടുപ്പിലായിരുന്നു, ഞാനും.

ദുബായിൽ തിരിച്ചുവന്ന് ഏകദേശം ഒരു മാസത്തിനുശേഷം ഞാൻ മുന്നേ തീരുമാനിച്ചപോലെ ആ കമ്പനിയിലെ ജോലി അവസാനിപ്പിച്ചു. പുതിയ ജോലിയുമായി വീണ്ടും 5–6 മാസങ്ങൾ കടന്നുപോയി. ആ സമയത്താണ് പോസ്റ്റൽ വഴി ഒരു കവർ വന്നതും തുറന്നു നോക്കിയപ്പോൾ മൈക്കിൾ എഴുതിയ ഒരു നീണ്ട കത്തും പുഞ്ചിരിച്ചു നിൽക്കുന്ന മരിയയുടെ ഒരു ഫോട്ടോയും. കത്തിലെ വരികൾ പല തവണ വായിച്ചു. ഇപ്പോൾ എന്റെ കണ്ണിലെ നനവ് സന്തോഷാശ്രുക്കളുടേതായിരുന്നു. റോട്ടറി ക്ലബ്ബിന്റെ സഹായത്തോടെ മരിയയുടെ ചികിത്സ തുടങ്ങിയെന്നും ഇപ്പോൾ പരസഹായമില്ലാതെ നടന്നു തുടങ്ങിയെന്നും മൈക്കിളിന്റെ ഡോക്യുമെന്റ്സ് ശരിയായി

യെന്നും ഉടനെ മകളെ കാണാൻ പോകാനുമുള്ള തയ്യാറെടുപ്പിലു മാണെന്നും അറിയിച്ചിരിക്കുന്നു, കൂടാതെ ആത്മാർത്ഥമായ നന്ദി പ്രകാശിപ്പിച്ച വാക്കുകളും.

മനസ്സിൽ അതിയായ സന്തോഷം തോന്നി. അറിയാതെയാണെ ങ്കിലും മറ്റൊരാളുടെ ജീവിതത്തിലേക്ക് സന്തോഷമെത്തിക്കുന്നതിൽ ഒരു ഭാഗഭാക്കായതിനാൽ. ഇതെല്ലാം യാദൃച്ഛികമായി നടന്നതാണോ? എന്റെ ലൂർദിലേക്കുള്ള യാത്ര ഞാൻ പോലും അറിയാതെ എന്നി ലൂടെ സംഭവിക്കേണ്ടതായിരുന്നോ? ഒരാളുടെ അതിതീവ്രമായ ആഗ്രഹം നടത്തിത്തരുവാൻ പ്രകൃതിയും അതിലെ ചരാചരങ്ങളും അതിനുവേണ്ടുന്ന ക്രമീകരണങ്ങൾ ചെയ്യുമെന്ന് പറഞ്ഞുകേട്ടിട്ടുണ്ട്.

നാമെല്ലാവരുടെയും സ്വപ്നങ്ങളും അവ സ്വായത്തമാക്കാനുള്ള ആർജ്ജവവും തീക്ഷ്ണതയും മൈക്കിളിന്റെ ആഗ്രഹങ്ങളുടെ തീവ്രതയിലേക്കു വളരുമ്പോൾ, ബാക്കിയുള്ളത് ഈ പ്രപഞ്ചം നമു ക്കായി ഒരുക്കിത്തരും. ഞാൻ മൈക്കിളിനെ കണ്ടുമുട്ടിയതിനുശേഷം മിക്കവാറും എല്ലാ ക്രിസ്മസ് കാലത്തും മൈക്കിൾ മുടങ്ങാതെ നീണ്ട ഒരു കത്ത് അയയ്ക്കാറുണ്ട്. അവസാനമായി മരിയ സ്കൂൾ ബാഗുമായി പോകുന്ന ഫോട്ടോയും അയച്ചിരുന്നു. കഴിഞ്ഞ ഏഴെട്ട് വർഷമായി അതും ഇല്ലാതായി. എങ്കിലും അവർ സന്തോഷത്തോടെ വെനീസിൽ ഉണ്ടായിരിക്കും എന്ന് പ്രത്യാശിക്കുന്നു, അതോ മൈക്കിൾ മറ്റേതെങ്കിലും തീവ്രമായി ആഗ്രഹിച്ചോ, എന്തോ? ■

യുവജനോത്സവം

1983–84ൽ ഒമ്പതാം ക്ലാസ്സിൽ കുന്നംകുളം ജെടിഎസ് എന്ന ടെക്നിക്കൽ സ്കൂളിൽ പഠിക്കുന്ന കാലം. സ്കൂളിലെ ആർട്സ് മത്സരങ്ങളിൽ താത്പര്യമുള്ള എനിക്ക് രണ്ടു മത്സരങ്ങളിൽ സമ്മാനം കിട്ടിയതിനു ശേഷം, ഓൾ കേരള യുവജനോത്സവത്തിനു സെലക്ഷൻ കിട്ടുമോ ഇല്ലയോ എന്നറിയാതെയുള്ള അങ്കലാപ്പുണ്ടായിരുന്നു. അപ്പോഴാണ് സ്കൂൾ വരാന്തയിലൂടെ സെലക്ഷന്റെ ചാർജ്ജുള്ള ജോസ് മാഷ് കൈയിൽ കുറെ പേപ്പറുകൾ പിടിച്ചു വരുന്നതും എന്നോട് ഓൾ കേരള യുവജനോത്സവത്തിന് പോകുന്ന ഓരോ കുട്ടികളും കുറഞ്ഞത് മൂന്ന് മത്സരത്തിലെങ്കിലും പങ്കെടുക്കണമെന്ന തീരുമാനം പറയുന്നതും.

കായംകുളത്തിനടുത്തുള്ള കൃഷ്ണപുരം ജെടിഎസിൽ നടക്കാൻ പോകുന്ന മത്സരങ്ങളിൽ ഡാൻസ് കളിക്കാൻ നമ്മുടെ ഗ്രൂപ്പിൽ ആരുമില്ല എന്നുമുള്ള മാഷ്ടെ ആത്മഗതം ഞാൻ കേട്ടു.

കേവലം രണ്ടു മത്സരങ്ങളിൽ മാത്രം പങ്കെടുക്കുന്ന എന്റെ കാര്യത്തിൽ ഏതാണ്ട് ഒരു തീരുമാനമായെന്നു തോന്നുന്നു. ഈ സമയത്താണ് വീടിനടുത്തുള്ള ഒരു ചേട്ടൻ പല കോളേജ് ലെവൽ ഡാൻസ് മത്സരങ്ങളിൽ പങ്കെടുത്തതും ആ ചേട്ടൻ എനിക്ക് ഡാൻസ് പഠിപ്പിച്ചുതരാമെന്നുമുള്ള ഉറപ്പ് തരുന്നതും.

പിറ്റേദിവസം തന്നെ തികഞ്ഞ ആത്മവിശ്വാസത്തോടെ ജോസ് മാഷെ കണ്ടു നാടോടിനൃത്തം കളിക്കാനുള്ള സന്നദ്ധത അറിയിച്ചു. സന്തോഷത്തോടെ ഞാൻ ലിസ്റ്റിൽ ഉണ്ടെന്നും ഡാൻസ് കളിക്കാമെങ്കിൽ നമ്മുടെ സ്കൂളിന് എല്ലാ ഐറ്റത്തിലും മത്സരിക്കാമെന്നും സമ്മാന സാധ്യത കൂടുമെന്നും പറഞ്ഞു. ഡാൻസിനെക്കുറിച്ച് കാര്യമായ പരിജ്ഞാനമില്ലാത്ത മാഷ് നന്നായി പ്രാക്റ്റീസ് ചെയ്യാൻ മാത്രം പറഞ്ഞു. കൂടെ മേക്കപ്പ്മേൻ സത്യൻചേട്ടനെ കിട്ടിയ കാര്യവും പറഞ്ഞു. കുന്നംകുളം, ഗുരുവായൂർ, തൃശ്ശൂർ ഈ സ്ഥലങ്ങളിലുള്ള മിക്കവാറും സ്കൂളിലെ മേക്കപ്പ് ആർട്ടിസ്റ്റ് സത്യൻ

ചേട്ടനാണ്. തോളുവരെ നീട്ടി വളർത്തിയ തലമുടി ഭംഗിയായി ചീകിയൊതുക്കി ഖദറിന്റെ ജുബ്ബയും തോളിൽ സഞ്ചിയുമായി അറുപതു വയസ്സ് തോന്നുന്നയാൾ, കഴിഞ്ഞ വർഷം സ്കൂളിൽ വന്നതോർക്കുന്നു.

പോയ വർഷം ഓട്ടൻതുള്ളലിൽ ഓൾ കേരള യുവജനോത്സവ മത്സരത്തിൽ ഒന്നാം സമ്മാനം കൊണ്ടുവന്ന എന്റെ സീനിയർ മോഹനകൃഷ്ണനാണ് ഓട്ടൻതുള്ളലിൽ എന്റെ ഗുരു. കല്യാണസൗഗന്ധികമായിരുന്നു കഥ. ഒരു മാസത്തോളം തുള്ളൽ പഠിപ്പിച്ച ഗുരുവിനും ആദ്യ ശിഷ്യന് ഒരുവിധം കളിക്കാമെന്നുള്ള വിശ്വാസവുമായി. (ശ്രീ മോഹനകൃഷ്ണൻ ഇപ്പോൾ കേരള കലാമണ്ഡലത്തിലെ ഓട്ടൻതുള്ളൽ ഡിപ്പാർട്ട്മെന്റ് HODയാണ്). എന്റെ രണ്ടാമത്തെ ഐറ്റം പ്രച്ഛന്നവേഷമായിരുന്നു. ആ കാലഘട്ടത്തിൽ നാടിനെ നടുക്കിയ മുത്തങ്ങയിലെ ആദിവാസി കോളനിയിലെ ബാലികയ്ക്കു നേരെയുണ്ടായ മ്ലേച്ഛമായ ദുരനുഭവത്തെ ഇതിവൃത്തമാക്കി അവതരിപ്പിക്കുന്ന വേഷമായിരുന്നു. എല്ലാ മത്സരങ്ങളും വാശിയോടെ റിഹേഴ്സൽ ചെയ്യുന്നത് സ്കൂളിന്റെ പുറകിലുള്ള പറങ്കിമരങ്ങളുടെ തോട്ടത്തിലായിരുന്നു. റിഹേഴ്സൽ തകൃതിയായി നടക്കുന്ന സമയത്തായിരുന്നു ആദ്യമായി ഞങ്ങൾ അടുത്തുള്ള കോളനിയിൽ നിന്നു കട്ടിയുള്ള പുക കണ്ടതും അവിടെ ഓടിയെത്തിയതും. തീ അണയ്ക്കാൻ അവിടെ കൂടിയവരെല്ലാം ഏറെ പരിശ്രമിച്ചെങ്കിലും പിന്നീടത് നാടിനെ നടുക്കിയ വൻ ദുരന്തമായി 16 വീടുകൾ കത്തിച്ചാമ്പലായി. ഇന്നും ഏറെ വേദനയോടെ ഓർക്കുന്ന കാഴ്ചകളായിരുന്നു അത്.

അങ്ങനെ ആ ദിവസവും വന്നെത്തി. ഞങ്ങൾ 14 പേരും ഒരു മറ്റഡോർ ടെമ്പോയിൽ ഇടിച്ചുകയറി. വാദ്യോപകരണങ്ങളും മറ്റു സാമഗ്രികളുമായി കല്യാണത്തിന് ആ കാലത്തെ വിരുന്നിനു പോകുന്ന പോലെയുള്ള യാത്രയായിരുന്നു തൃശ്ശൂർ റെയിൽവേ സ്റ്റേഷൻവരെ. ടെമ്പോയിൽ കയറുന്നതിനു മുൻപ് സ്കൂളിന്റെ മതിലിനോട് ചേർന്നുള്ള പോൾസൺ ചേട്ടന്റെ കടയിൽ നിന്ന് ഞാനും കൃഷ്ണനും സേമിയ ഐസ് ക്രീം വാങ്ങി കഴിച്ചു തയ്യാറെടുപ്പുകൾ പൂർത്തിയാക്കി. നാടോടിനൃത്തത്തിന്റെ കാസെറ്റിലെ റിബ്ബണിന്റെ അവസാന ഭാഗം ചുളിഞ്ഞതുകൊണ്ട് നീണ്ട ഒരു വലിച്ചിലൂടെയാണ് കുറവന്റെ പാട്ട് അവസാനിക്കുന്നത്. ഈ ഭാഗം എത്തുമ്പോൾ ടേപ് റെക്കോർഡറിൽ ശബ്ദം താഴ്ത്തി സ്റ്റേജിലേ കർട്ടൻ ഇടാൻ നിർദ്ദേശം കൊടുക്കുന്നത് കൃഷ്ണനാണ്.

കൃഷ്ണപുരം കൊട്ടാരത്തിനടുത്തുള്ള, താമസത്തിനു ഒരുക്കിയ സ്കൂളിൽ ഞങ്ങൾ എത്തിയപ്പോഴാണ് സത്യൻചേട്ടന്റെ ഏറെ

ക്കാലത്തെ മത്സരവേദിയിലെ പരിചയ സമ്പത്തിൽ നിന്നുള്ള ഒരു അഭിപ്രായം വന്നത്. നാടോടിനൃത്തത്തിലെ കുറവന് പകരം കുറത്തിയുടെ മേക്കപ്പ് ചെയ്തു പെൺവേഷത്തിൽ കളിക്കണമെന്ന്. അധികം സമയം കളയാതെ സത്യൻചേട്ടൻ പുറത്തുപോയി അടുത്തുള്ള ചായക്കടയിലെ ചേച്ചിയോട് സംസാരിച്ചു ചുവന്ന ഒരു ബ്ലൗസ് തരപ്പെടുത്തി. കാഴ്ച്ചയിൽ വളരെ പഴയതാണെങ്കിലും കുറത്തിയുടെ വേഷത്തിനു ചേരുന്നതായിരുന്നു. ആദ്യ ദിവസം സന്തോഷത്തിന്റേതായിരുന്നു. കാരണം ഞാൻ പങ്കെടുത്ത രണ്ട് ഐറ്റത്തിലും രണ്ടാം സമ്മാനമുണ്ടായിരുന്നു. ഇനി എന്റെ ശ്രദ്ധ മുഴുവൻ രണ്ടാം ദിവസത്തെ നാടോടി നൃത്തത്തിലാണ്.

സ്റ്റേജ് 2 ലെ ആദ്യമത്സരമാണ് നാടോടിനൃത്തം. കാലത്തുതന്നെ മേക്കപ്പ് തുടങ്ങി. എന്നെ ഒരു കാനനസുന്ദരിയാക്കി. കള്ളി മുണ്ടും ചായക്കടയിലെ ചേച്ചി തന്ന ചുവന്ന ബ്ലൗസും കുറവന്റെ തലയിൽ വെക്കാൻ കൊണ്ടുവന്ന മുളകൊണ്ട് കെട്ടിയുണ്ടാക്കിയ കൊട്ടയുമുണ്ട്. ബ്ലൗസ് വലുതായതുകൊണ്ട് സത്യൻ ചേട്ടൻ രണ്ടു ഡസൻ സേഫ്റ്റി പിൻ ഉപയോഗിച്ചാണ് എന്റെ വടിവൊത്ത ശരീരം ഉണ്ടാക്കിയെടുത്തത്. വിരിഞ്ഞ മാറിടത്തിനായി തുണികളും പേപ്പറുകളും സമൃദ്ധിയായി ഉപയോഗിച്ചു. ചെറിയ കണ്ണാടിയിലൂടെ എന്നെ കാണിച്ചു തന്നപ്പോൾ എനിക്കും കൗതുകം തോന്നി.

ആദ്യത്തെ രണ്ടു നാടോടിനൃത്തവും സ്റ്റേജിന്റെ പിന്നിൽ നിന്നു കണ്ടു. എന്റെ ഊഴം വന്നു. സ്റ്റേജിനെ തൊട്ടു വന്ദിച്ചു മൂന്നാമത്തെ ഐറ്റമായ നാടോടി നൃത്തത്തിന് ഞാൻ തയ്യാറായി. മറ്റു പല സ്റ്റേജിലും ഈ സമയത്തു മറ്റു പല മത്സരങ്ങൾ നടക്കുന്നതുകൊണ്ട് ഞാനും കൃഷ്ണനും മാത്രമാണ് അവിടെയുള്ളത്. കൃഷ്ണന്റെ മത്സര ഇനങ്ങളായ ലേഖനവും പ്രസംഗവും പെയിന്റിങ്, എല്ലാം ആദ്യ ദിവസം തന്നെ കഴിഞ്ഞിരുന്നു.

ടേപ് റെക്കോർഡറിൽ കാസെറ്റ് സെറ്റ് ചെയ്തു നാടോടിനൃത്തം തുടങ്ങി. ആറു മിനിറ്റ് ദൈർഘ്യമുള്ള ഈ പാട്ടു എല്ലാവർക്കും സുപരിചിതമാണ്. വട്ടത്തിൽ ഓടിയും മുളംകുട്ട തലയിൽ വെച്ചും പിന്നീട് ഇറക്കി താഴെ വെച്ചും ഊർജ്ജസ്വലതയോടെ ഞാൻ കളിച്ചു കൊണ്ടേയിരുന്നു. കുറത്തിയുടെ നൃത്തം നല്ല രീതിയിൽ പഠിച്ചില്ല എന്നുള്ള കുറ്റബോധമുണ്ടെങ്കിലും ളരെ ആവേശത്തോടെ കളി തുടർന്നു. എന്റെ നാടോടിനൃത്തത്തിന്റെ മികവുകൊണ്ടാണെന്നു തോന്നുന്നു കാണികളിൽ ചിലർ കുറുക്കന്മാരായി പരിണമിച്ചു കൊണ്ടിരുന്നു. തലയിലേറ്റുന്ന കുട്ടയുടെ പലപ്പോഴായുള്ള ഇറക്കലും കയറ്റലിനുമിടയിൽ, പെട്ടെന്നാണ് വലിച്ചു പിൻചെയ്ത

ജീർണ്ണാവസ്ഥയിലുള്ള ബ്ലൗസ് കീറുന്നത് ഞാനറിയുന്നത്. ഇനിയും കൈകൾ ഉയർത്തി വീശിക്കളിച്ചാൽ മാറിടം സ്റ്റേജിൽ ഉരുളുന്നത് കാണേണ്ടിവരും. ഒരു കൈ വീശാതെ മടക്കി മാറോടു ചേർത്തുള്ള എന്റെ പുതിയ നാട്യരൂപം കൂടി കണ്ടതോടെ കാണികൾ മുഴുവൻ കുറുക്കന്മാരായി കഴിഞ്ഞിരുന്നു. ഈ സമയം മനസ്സിൽ ഓടിവന്നത് യു.പി. സ്കൂളിലെ ഡ്രിൽ ടീച്ചറായിരുന്ന തങ്കമണി ടീച്ചറുടെ ഉപദേശമായിരുന്നു. ചാവക്കാട് ഉപജില്ലാ സ്കൂൾ സ്പോർട്സ് മത്സരങ്ങൾക്ക് പോകുന്ന ഞങ്ങൾക്ക് തരുന്ന ദൃഢമായ ഉപദേശം. ഒരു നല്ല സ്പോർട്മാൻ ഓട്ടമത്സരത്തിൽ വളരെ മുന്നിലാണെങ്കിലും ഒരിക്കൽപോലും തിരിഞ്ഞു നോക്കരുതെന്നും ട്രാക്കിൽ അവസാനത്തെ ആളായി ഓടുമ്പോഴും ഓട്ടം പൂർത്തിയാക്കാതെ പിന്മാറരുതെന്നും. ഞാൻ പിന്മാറാൻ തയ്യാറല്ലായിരുന്നു, പക്ഷേ കാണികളെല്ലാവരും ഒന്നടങ്കം ശക്തിയോടെ കൂകിക്കൊണ്ടേയിരുന്നു.

യുവജനോത്സവത്തിൽ നിന്ന്

എന്റെ കുറത്തിയുടെ കലാസൃഷ്ടി അവസാന ഭാഗത്തെത്തി നിൽക്കുന്നു. രണ്ടു കൈയും തലയ്ക്കു പിന്നിൽ കോർത്തുപിടിച്ചു രണ്ടുകാലുകളും മുന്നിലേക്ക് എറിഞ്ഞു കളിക്കുന്ന അവസാന രംഗം ഞാൻ തകർത്താടുന്നു. മാറിലെ തിരുകിക്കയറ്റിയ തുണിക്കഷ്ണങ്ങളും പേപ്പറുകളും വീഴാൻ വെമ്പി നിൽക്കുകയാണ്. പക്ഷേ പ്രതീക്ഷകളെ അസ്ഥാനത്താക്കി വീശി എറിയുന്ന കാലിലെ ചിലങ്കയായിരുന്നു സ്റ്റേജിന്റെ മുന്നിലിരിക്കുന്ന വിധികർത്താക്കളായ ജഡ്ജസിന്റെ മുന്നിൽ ചെന്നുവീണത്. ഇത്രയുംനേരം ഏറെ പണിപ്പെട്ടു ചിരിയൊതുക്കിയ വിധികർത്താക്കളും എല്ലാ മാനദണ്ഡങ്ങളും മറന്നു ചിരിച്ചു.

കാണികളുടെ നിർത്താതെയുള്ള കൂകലും ചിലങ്കയുടെ പായിക്കലും കണ്ടു നിർവികാരതയോടെ നിൽക്കുന്ന കൃഷ്ണന്റെ പരിസരബോധവും പോയി. ടേപ്പ് റെക്കോർഡറിലെ അവസാന ഭാഗം നീണ്ട കാതടപ്പിക്കുന്ന ശബ്ദത്തിൽ നിന്നു. എന്റെ കുറത്തിയുടെ ആട്ടക്കലാശവും. ഏറെ അപമാനിതനും നിരാശനുമായി ഞാൻ സ്റ്റേജിൽനിന്നു ഇറങ്ങുമ്പോൾ കാണികൾ അവരുടെ പാദുകങ്ങൾ എനിക്ക് തരാൻ തുനിഞ്ഞില്ല എന്നതായിരുന്നു ഏക ആശ്വാസം. നാടിന്റെ പേരും സ്കൂളിന്റെ പേരും മൈക്കിൽ വിളിച്ചുപറയാതെ ചെസ്റ്റ് നമ്പർ വിളിക്കുന്ന രീതിയുടെ മാഹാത്മ്യം മനസ്സിലായ നിമിഷങ്ങളായിരുന്നു അത്.

സ്റ്റേജിന്റെ പുറകിൽ നിലയുറപ്പിച്ച എന്റെ മനസ്സു മുഴുവൻ കുന്നംകുളത്തങ്ങാടിയിലെ ചിലങ്ക വാടകയ്ക്കെടുത്ത കടയിലെ മുറുക്കാൻ സദാ മുറുക്കുന്ന ചുവന്ന നാവുള്ള കടയുടമയുടേതാണ്. ഇടയ്ക്കിടെ ഇരിക്കുന്ന സീറ്റിൽ നിന്നു മുന്നോട്ടാഞ്ഞു തുപ്പാൻ കോളാമ്പി എടുക്കുന്ന അയാൾ ചിലങ്ക വാങ്ങി പുറത്തേക്ക് നടക്കുന്ന എന്നെ വായിക്കാൻ വെച്ച കണ്ണടയുടെ മുകളിലൂടെ നോക്കി പറഞ്ഞതോർക്കുന്നു, "തിരിച്ചു തരുമ്പോൾ എല്ലാ മണികളും ഇതിൽ ഇണ്ടാവണംട്ടാ, നെനക്ക് മനസ്സിലായോ?"

ഈ സമയം കൃഷ്ണന്റെ അവസ്ഥ പീലാത്തോസിന്റെ അരമനയിലെ ശിക്ഷാവിധിക്കു കൊണ്ടുവന്ന യേശുവിന്റെ കൂടെ ഉണ്ടായിരുന്ന പത്രോസിന്റേതായിരുന്നു. ആരു ചോദിച്ചാലും ഇപ്പോൾ നാടോടിനൃത്തം കളിച്ച ആളെ ഞാൻ അറിയില്ലെന്നും കോഴി കൂകുന്നതിനു മുൻപ് മൂന്ന് അല്ല മുപ്പത് തവണയെങ്കിലും പറയാനും തയ്യാറുമായിരുന്നു. ഈ സമയം രണ്ടു കുട്ടികൾ ഓടിവന്നു പറന്നുപോയ ചിലങ്ക എന്റെ കയ്യിൽ തന്ന് മുഖത്തുനോക്കി ഒന്നു ഊറി

ച്ചിരിച്ചു. അവരുടെ ചിരിയുടെ അർത്ഥം മനസ്സിലായെങ്കിലും പെട്ടെന്ന് മേക്കപ്പ് മാറ്റി നാടോടിക്കുറത്തിയിൽനിന്ന് ഞാനാവാനുള്ള തിരക്കിൽ അവിടെ നിന്നു പെട്ടെന്ന് നടന്നകന്നു. കൃഷ്ണന്റെ ധർമ്മസങ്കടം പലതവണ എന്നോടു പറഞ്ഞു.

അവസാനം ഇവിടെ നടന്നതൊന്നും ആരോടും പറയേണ്ട എന്ന തീരുമാനത്തിലെത്തി. സ്കൂളിൽ തിരിച്ചെത്തിയിട്ടും എന്റെ കാതുകളിൽ കാണികളുടെ നീണ്ട കൂക്കിവിളിയുടെ ആരവമായിരുന്നു മുഴുവൻ സമയവും.

പിന്നെ 34 വർഷത്തിനുശേഷം ഞാൻ ഭാര്യയോടൊപ്പം കുന്നംകുളത്തെ തുണിക്കടയിൽ നിന്നു പുറത്തുവരുമ്പോഴാണ് വിദേശത്തു ജോലി ചെയ്യുന്ന കൃഷ്ണനെയും ഫാമിലിയെയും കാണുന്നത്. അത്യാവശ്യം വിശേഷങ്ങൾ ചോദിച്ചറിഞ്ഞു. പിന്നീട് എന്നെ പരിചയപ്പെടുത്തിയത് കൃഷ്ണപുരത്തെ യുവജനോത്സവത്തിലെ നാടോടിനൃത്തത്തിലെ ജോയി എന്ന ലേബലിൽ ആയിരുന്നു. ഇതെല്ലാം ആദ്യമായി കേൾക്കുന്ന എന്റെ ഭാര്യയുടെ മുഖത്ത് ഒരേ സമയം കുറെ ചോദ്യങ്ങൾ കാണാമായിരുന്നു. ആകാശത്തു നോക്കി നല്ല മഴ വരുന്നുണ്ടെന്നു പറഞ്ഞ് ധൃതിയിൽ മൊബൈൽ നമ്പർ വാങ്ങി ഞാൻ നടന്നു. വീട്ടിലേക്കുള്ള യാത്രയിൽ എല്ലാം പറഞ്ഞു കഴിഞ്ഞപ്പോൾ ഭാര്യയും ആ വിധികർത്താക്കളെപ്പോലെ ചിരിയടക്കാൻ ബുദ്ധിമുട്ടുന്നത് കാണാമായിരുന്നു.

ജീവിതത്തിലെ അവസരങ്ങളെ തിരിച്ചറിയണമെന്നും വിജയത്തിന് നിരന്തര പരിശ്രമം അത്യാവശ്യമാണെന്നും കയ്പ്പേറിയ ഈ അനുഭവത്തിലൂടെ അങ്ങനെ ഞാൻ പഠിച്ചു. ■

മസായ് മാര

ഇത് കെനിയയിലേക്കുള്ള എന്റെ രണ്ടാമത്തെ യാത്രയാണ്. ആദ്യ യാത്ര 1996ൽ തലസ്ഥാനമായ നെയ്റൊബിയിലേക്കായിരുന്നു. ജോലിസംബന്ധമായ വരവായതുകൊണ്ട്, വിശാലമായ ഒരു സിറ്റി യാത്ര പോലും അന്ന് തരപ്പെട്ടില്ല. ഏതാണ്ട് രണ്ടുവർഷത്തിനു ശേഷമാണ് ഇപ്പോൾ മൊമ്പാസ എന്ന സിറ്റിയിലേക്ക് ഒരു യാത്ര തരപ്പെട്ടത്. ലിപ്ടൺ കമ്പനിയുടെ ടീ ടേസ്റ്റിംഗ് സെന്ററിലെ അതി നൂതന ലാബിലാണ് 3-4 ദിവസം മാത്രം വേണ്ടിവരുന്ന എന്റെ ജോലി. ഈ വരവിൽ Mombasa സിറ്റി ചുറ്റി സഞ്ചരിക്കാൻ വേണ്ടി മാത്രം ദുബായിലേക്ക് തിരിച്ചു പോകാനുള്ള ടിക്കറ്റ് ഒരു ആഴ്ച കഴിഞ്ഞാണ് ക്രമീകരിച്ചത്.

മൊമ്പാസ എയർപോർട്ടിൽ നിന്നു പുറത്തു വരുന്ന എന്നെയും കാത്ത് ലിപ്ടൺ എന്നു എഴുതിയ, ബോർഡ് പൊക്കി പിടിച്ചു നിൽക്കുന്ന, ആറടിയിലേറെ ഉയരമുള്ള, നീണ്ടു മെലിഞ്ഞ ചെറുപ്പക്കാരനെ ഞാൻ കണ്ടു. ഫിലിപ്പ് എന്നു പറഞ്ഞു അയാൾ പരിചയപ്പെടുത്തി.

അയാൾക്ക് പിന്നാലെ നടന്ന് കാർപാർക്കിങ്ങിൽ എത്തിയപ്പോൾ നിർത്തിയിട്ടിരിക്കുന്ന ലാൻഡ്റോവർ പിക്കപ്പ് വാൻ കണ്ടു. അതിൽ കയറി ഞങ്ങൾ ഹോട്ടലിലേക്ക് യാത്ര തിരിച്ചു.

പിറ്റേന്ന് കാലത്തു എട്ടു മണിക്ക് എന്നെയും കൊണ്ട് ഫിലിപ്പ് ലിപ്ടൺ കമ്പനിയിലേക്ക് പോയി.

ലാബിൽ ചെന്നു എന്റെ ജോലിയുടെ പ്രാരംഭ പണികളെല്ലാം ചെയ്തു. പിറ്റേ ദിവസം ഞായറാഴ്ചയായതു കൊണ്ട് ഫാക്ടറി അവധിയാണെന്നും എന്റെ ജോലി തിങ്കളാഴ്ച തുടങ്ങാമെന്നും പറഞ്ഞതു കൊണ്ട് തിരിച്ച് ഹോട്ടലിലേക്കുള്ള യാത്രയ്ക്ക് ഒരുങ്ങുമ്പോഴാണ് ലിപ്ടൺ യുകെ ഓഫീസിൽനിന്നു വന്ന പുതിയ മാനേജർ അലൻ സ്മിത്ത് പ്രത്യക്ഷപ്പെടുന്നത്. എന്നെ പരിചയപ്പെടുത്തുന്ന സമയത്തു

ലിപ്ടൺ കമ്പനിയുടെ ശ്രീലങ്കയിലെ കൊളൊമ്പോയിലും യുഎഇ യിലെ ജബൽ അലിയിലുമുള്ള ടീ ടേസ്റ്റിംഗ് ഫാക്ടറിയിൽ ഞാൻ പോയിരുന്നു എന്നും ഇതേ ഉപകരണത്തെ പ്രവർത്തനയോഗ്യ മാക്കിയതും പരിശീലനം കൊടുത്തതും ഞാനാണെന്നും പറഞ്ഞ പ്പോൾ ഞാനും അലൻ സ്മിത്തും തമ്മിലുള്ള അപരിചിതത്വം കുറഞ്ഞ് ഞങ്ങൾ കുറേക്കൂടി അടുത്തതു പോലെയായി. പിറ്റേന്ന് ജോലി ഇല്ലാത്തതു കൊണ്ടും ഞാൻ ആദ്യമായി ഈ സിറ്റിയിൽ വരുന്നതുകൊണ്ടും മൊമ്പാസ സിറ്റി കാണിക്കാനായി വാടക ഡ്രൈ വറായ ഫിലിപ്പിനെ അലൻ ചുമതലപ്പെടുത്തി. ഏതാണ്ട് എന്റെ മനസ്സ് വായിച്ച പോലെയായിരുന്നു അലൻ സ്മിത്ത് എന്ന മാനേ ജരുടെ നീക്കങ്ങൾ.

ഹോട്ടലിലേക്കുള്ള മടക്കയാത്രയിൽ ഞാൻ ഫിലിപ്പിനോട് മ സായ് മാര കാണാനുള്ള ആഗ്രഹം പങ്കുവെച്ചു. അലൻ പറഞ്ഞത് മൊമ്പാസ സിറ്റി കാണിക്കാനാണെന്നും മസായ് മാര 3-4 മണി ക്കൂർ ഡ്രൈവ് ചെയ്യാനുള്ള ദൂരെയാണെന്നും ഫിലിപ്പ് പറഞ്ഞു. യാത്രയ്ക്കു വേണ്ടിവരുന്ന ഇന്ധനം ഞാൻ വഹിച്ചുകൊള്ളാമെന്നു പറഞ്ഞപ്പോൾ ഫിലിപ്പിന് സമ്മതിച്ചു.

ഹോട്ടലിൽനിന്ന് ഞാൻ ഇറങ്ങുമ്പോൾ ഫിലിപ്പ് യാത്രയ്ക്ക് തനിക്കു പോക്കറ്റ് മണി തരുമോയെന്നു ചിരിച്ചുകൊണ്ട് കുലീന നായി ചോദിച്ചു. വേണ്ടതുപോലെ ചെയ്തു കൊള്ളാമെന്നു സമ്മ തിച്ചപ്പോൾ സന്തോഷത്താൽ ഒരു ചിരി സമ്മാനിച്ചു. പിറ്റേന്നാൾ എട്ടു മണിക്ക് യാത്ര തിരിക്കാമെന്നു പറഞ്ഞു ഫിലിപ്പ് പോയി.

ഹോട്ടൽ റൂമിൽ ഒരു ചെറിയ കുട്ട നിറയെ പല തരം പഴങ്ങൾ താമസക്കാരന് കഴിക്കാനായി വെച്ചിട്ടുണ്ട്. എല്ലാം ഒരു പ്ലാസ്റ്റിക് ബാഗിലേക്കിട്ട് എട്ടു മണിക്ക് മുൻപേ ഹോട്ടലിന്റെ മുന്നിൽ ഫിലി പ്പിനേയും കാത്തു ഞാൻ നിന്നു. അധികം വൈകാതെ ഫിലിപ്പ് വന്നു. ഞങ്ങൾ മസായ് മാര ലക്ഷ്യമാക്കി യാത്ര തുടങ്ങി. ഏകദേശം 12.30 pmനോട് കൂടി ഞങ്ങൾ 90 sq.km ചുറ്റളവുള്ള വൈൽഡ് റിസർവ് ഗെയിം പാർക്കിന്റെ ഒരു ഭാഗത്ത് എത്തി. മസായ് ഗോത്ര ത്തിൽ ഉള്ളവർ മറ്റുള്ളവരുമായി യാതൊരു സമ്പർക്കവും ഇഷ്ട പ്പെടാത്തവരാണ്. നീണ്ടു മെലിഞ്ഞ ഇവർക്ക്, ശരാശരി ആറടി നീളമുണ്ടായിരിക്കും. കായ്കനികളും പശുവിന്റെ പാലുമാണ് ഇവ രുടെ സമീകൃത ആഹാരം. വേട്ടയാടി കിട്ടുന്ന മൃഗങ്ങളുടെ മാംസവും ഇവർ ധാരാളമായി ആഹാരമാക്കാറുണ്ട്.

ഞങ്ങൾ റിസർവ് പാർക്കിലേക്ക് കടക്കാനുള്ള അനുമതി വാങ്ങി നേരെ പോയത് മസായ് വില്ലേജിലേക്കാണ്. റിസേർവ് പാർക്കിലെ

വഴികളെല്ലാം ടാർ ചെയ്യാത്ത മണ്ണ് റോഡാണ്. മഞ്ഞ നിറത്തിലുള്ള ഉണങ്ങിയ പുല്ലാണ് കണ്ണെത്താദൂരത്ത് എല്ലായിടത്തും. ഇടയ്ക്കിടെ കുറ്റിച്ചെടികളുടെ ചെറുകൂട്ടവും കാണാം. കൊയ്യാൻ പാകമായി കിടക്കുന്ന പഞ്ചാബിലെ ഗോതമ്പുപാടങ്ങളാണ് പെട്ടെന്ന് ഓർമ്മയിൽ വന്നത്. മസായ് വില്ലേജ് എന്ന ബോർഡ് നോക്കി ഫിലിപ്പ്, പൊടി പാറിച്ചു ലാൻഡ്റോവർ പിക്കപ്പ് വാൻ വേഗത്തിൽ പായിച്ചു.

ഞങ്ങൾ 10-20 മിനിറ്റ് കഴിഞ്ഞപ്പോൾ വില്ലേജിന്റെ കവാടത്തിലെത്തി. ഞങ്ങൾക്ക് മുന്നേ വന്ന 25-30 ടൂറിസ്റ്റുകളും ഇവിടെയുണ്ട്. കൂട്ടത്തിൽ മദ്ധ്യവയസ്കരായ മൂന്നു പേർ കൗബോയ് തൊപ്പിവെച്ച വെളുത്ത വർഗ്ഗക്കാരായ വിദേശികളാണ്. ഇവരിൽ രണ്ടാളുകൾ നീണ്ട കാലുറയുള്ള ബൂട്സും കൈയില്ലാത്ത, നിറയെ ചെറിയ പോക്കറ്റുള്ള മേൽക്കുപ്പായവും ധരിച്ചതു കാണുമ്പോൾ, അമേരിക്കയിലെ ടെക്സസ് റേഞ്ചേഴ്സിന്റെ വേഷവിധാനം ഓർമ്മ വന്നു. കയ്യിലേന്തുന്ന നീണ്ട ഡബിൾബാരൽ തോക്ക് മാറ്റിവെച്ചു കുതിരപ്പുറത്തുനിന്നു ഇറങ്ങി നേരെ മസായ്മാര കാണാൻ ഞങ്ങൾക്കൊപ്പം വന്നപോലെ തോന്നി. ഇവർ എപ്പോഴും പതിഞ്ഞ ശബ്ദത്തിൽ സംസാരിക്കുകയും ഇടയ്ക്കിടെ ഉച്ചസ്വരത്തിൽ അട്ടഹസിച്ചു

മസായ്മാരയിലെ ഗോത്രവർഗ്ഗക്കാരുടെ കൂടെ

ചിരിക്കുന്നതും ഞങ്ങൾക്കൊപ്പമുള്ള പലരും ഇടംകണ്ണിട്ടു അല്പം അരോചകത്തോടെ നോക്കുന്നതും ഞാൻ ശ്രദ്ധിച്ചു.

മസായ് ഗോത്രത്തിലെ പുരുഷന്മാരും സ്ത്രീകളുമടങ്ങുന്ന 15–16 പേർ തൊണ്ടയിൽനിന്നു ഒരു വിചിത്രമായ ശബ്ദമുണ്ടാക്കി കവാടത്തിലേക്ക് വരുന്നത് കണ്ടു. മസായികൾ കൂട്ടമായി വേട്ടയ്ക്ക് പോകുമ്പോൾ വന്യമൃഗങ്ങളെ വിരട്ടിയോടിക്കാൻ ഉണ്ടാക്കുന്ന മുഴങ്ങുന്ന ശബ്ദമാണത്രെ അത്. പുരുഷന്മാരും സ്ത്രീകളും ചുവപ്പുനിറമുള്ള, കട്ടിയുള്ള, പുതപ്പുപോലെയുള്ള തുണി ദേഹത്ത് പ്രത്യേക രീതിയിലാണ് ചുറ്റിയിരിക്കുന്നത്. അരയിൽ ചിലർ ബെൽറ്റുപോലെ എന്തോ കെട്ടിയിട്ടുണ്ട്. സ്ത്രീകൾ കഴുത്തു നിറയെ പല കളറിലുള്ള വളരെ ചെറിയ മണികൾ കോർത്തുകെട്ടിയ ഭംഗിയുള്ള മാലയും ചാർത്തിയിട്ടുണ്ട്. എല്ലാ സന്ദർശകരെയും ഇവർ ആനയിച്ചു വൃത്താകൃതിയിൽ നിരവധി കുടിലുകളുള്ള അവരുടെ താമസസ്ഥലത്തേക്ക് കൊണ്ടുപോയി.

എല്ലാ മൺവീടുകളുടെയും മുൻഭാഗം വൃത്തത്തിന്റെ ഉൾഭാഗത്തേക്കും കുടിലുകളുടെ പിൻഭാഗത്തു വാതിലുകളില്ലാത്ത രീതിയിലുമാണ് രൂപകല്പന. വിശാലമായ മദ്ധ്യഭാഗത്താണ് രാത്രി കാലങ്ങളിൽ എല്ലാവരുടെയും കന്നുകാലികളെ നിർത്തുന്നത്. ഞങ്ങൾ കയറിവന്ന ഏകകവാടത്തിൽ രണ്ടു മസായ്കാവൽക്കാർ രാത്രി മുഴുവൻ സമയവും കന്നുകാലികൾക്ക് വന്യമൃഗങ്ങളിൽ നിന്നു കാവലായി നിൽക്കും. മസായ് വേഷധാരിയായ സംഘത്തിലെ നേതാവ് മസായ്കളുടെ ജീവിതരീതികളും ആഹാരരീതികളും പറഞ്ഞുകൊണ്ടേയിയുന്നു. ഇവരുടെ സവിശേഷമായ മറ്റൊരു ഭക്ഷണം പശുക്കളുടെ രക്തമാണ്. പശുവിനെ തറയിൽ കിടത്തി കഴുത്തിലെ ഞെരമ്പിൽ ചെറിയ ഒരു ദ്വാരമുണ്ടാക്കി ആവശ്യത്തിനുവേണ്ടുന്ന ചുടുചോര എടുത്തു പാത്രത്തിലാക്കി അത് വേവിച്ചും അല്ലാതെയും ഭക്ഷിക്കും.

കന്നുകാലികളുടെ രക്തമെടുത്ത ഭാഗത്ത് ചാണകം ചേർത്ത ഒരു മിശ്രിതം വെച്ചു അടയ്ക്കുകയും പിന്നീട് ഈ പശുവിന് ഒന്നുരണ്ട് മാസത്തേക്ക് വിശ്രമവുമാണ്. രണ്ടുമൂന്ന് ദിവസം കൂടുമ്പോൾ പശുക്കളെ മാറ്റി മാറ്റി ചോരയൂറ്റൽ നിർബാധം തുടർന്നുകൊണ്ടേയിരിക്കും. മസായ് പുരുഷന്മാർ വിവാഹപ്രായമായാൽ, ഒരു സിംഹത്തിനെ വേട്ടയാടി കൊല്ലുകയും അതിലൂടെ തന്റെ ധീരതയും ആരോഗ്യവും ഗോത്രത്തിനു മുന്നിൽ പ്രദർശിപ്പിക്കുകയും അത് ഭാര്യയെ നേടാനുള്ള മാനദണ്ഡങ്ങളാക്കുകയുമാണ്. ഇതാണ് ഈ ഗോത്രത്തിലെ അലിഖിത നിയമം.

മസായ്മാരയിലെ ഗോത്രവർഗ്ഗക്കാരുടെ ആചാരങ്ങൾ

കാലക്രമേണ ഈ ആചാരം നിർത്തലാക്കി. പകരം വധുവിന്റെ പിതാവിന് പശുക്കളെ കൊടുക്കണമെന്നായി. വധുവിന്റെ ഭംഗി കൂടുമ്പോൾ പശുവിന്റെ എണ്ണം കൂടുമെന്നും ഗോത്രമുഖ്യൻ ചിരിച്ചുകൊണ്ട് പറഞ്ഞു. വളരെ ഉയരത്തിൽ നിന്ന നില്പിൽ മുകളിലേക്ക് കുതിച്ചുചാടുന്ന മറ്റൊരു കായിക മികവുകാണിക്കലും വധുവിനെ നേടാനുള്ള പട്ടികയിലെ മറ്റൊരു നിബന്ധനയാണ്. വിചിത്രമായ വേറൊരു ആചാരം ഫിലിപ്പ് കൂട്ടിച്ചേർത്തതു കേട്ടു ഞാൻ നടുങ്ങി.

മസായ് ഗോത്രത്തിലേ പ്രായംചെന്ന ആണായാലും പെണ്ണായാലും നടക്കാൻ ശേഷിയില്ലാതെ വീടിനുള്ളിൽ ഇരിപ്പായാൽ രണ്ടു മൂന്ന് ആഴ്ച പട്ടിണിക്കിട്ടശേഷം മൃതപ്രായരായ അയാളുടെ ദേഹത്തു പശുവിന്റെ നെയ്യ് പുരട്ടി, കുറ്റിക്കാട്ടിൽ കൊണ്ടുവെയ്ക്കും. പരലോകം പൂകാൻ ഒരു മസായ് എളുപ്പവഴി. ഇന്ത്യയിലെ പാഴ്സികളുടെ ഫയർ ടെമ്പിൾ ആണ് ഓർമ്മയിൽ വന്നത്. അവിടെ മരണശേഷം കഴുകന് തിന്നാനായി ശവശരീരം ഇട്ടുകൊടുക്കുന്നു. മസായ് രീതിയിൽ ഒരു പടികൂടെ പുറകോട്ടുപോയി വന്യമൃഗങ്ങൾക്ക് ജീവനോടെ സമർപ്പിക്കുന്നു.

എല്ലാം ചുറ്റിനടന്നു കണ്ടതിനുശേഷം ഞങ്ങൾ അടുത്തുള്ള റിസോർട്ടിൽ നിന്നു ഭക്ഷണം കഴിച്ച്, വീണ്ടും ലാൻഡ്റോവർ പിക്കപ്പിൽ മുഖ്യകാഴ്ചയായ വന്യമൃഗങ്ങളെ കാണാനായി പുറപ്പെട്ടു. വരണ്ടുണങ്ങിയ പുല്ലുകളുള്ള ഈ സ്ഥലത്ത് കൂട്ടം കൂട്ടമായി മേയുന്ന കാട്ടുപോത്തുകളും സീബ്രാ, ജിറാഫ്, മാനുകൾ, കണ്ടാമൃഗം, ഒട്ടകപ്പക്ഷികൾ, കാട്ടുപന്നികൾ, സിംഹക്കൂട്ടങ്ങൾ, കഴുതയും പോത്തും കൂടിക്കലർന്ന തരത്തിലുള്ള വൈൽഡ് ബീസ്റ്റ് എന്നറിയപ്പെടുന്ന മൃഗവും എവിടെ നോക്കിയാലും കാണാമായിരുന്നു. മസായ് മാര

എല്ലാ അർത്ഥത്തിലും വന്യമൃഗങ്ങളുടെ ഒരു വലിയ ആവാസകേന്ദ്ര മാണ്. പിന്നെ നാഷണൽ ജിയോഗ്രാഫി ചാനലിൽ കാണുന്ന പോലെ ഇരയെ ഓടിച്ചു പിടിക്കുന്ന ദൃശ്യങ്ങളൊന്നും കണ്ടില്ലാ യിരുന്നു.

മൂന്ന് മണിക്കൂർ ഗെയിം പാർക്കിനുള്ളിൽ പല ദിശയിലും ഞങ്ങൾ വണ്ടി ഓടിച്ചുകൊണ്ടേയിരുന്നു. ചീറ്റകൾ ഏകനായി നട ക്കുകയോ മരത്തിന്റെ കൊമ്പുകൾക്കിടയിൽ വിശ്രമിക്കുകയോ ചെയ്യുന്നത് കണ്ടു. അഞ്ചു മണിക്ക് മുൻപായി വൈൽഡ് റിസർവ് ഏരിയയ്ക്ക് പുറത്തു കടക്കണം. പക്ഷേ അഞ്ചു മണി കഴിഞ്ഞിരി ക്കുന്നു. ഈ സമയത്താണ് ഫിലിപ്പ് തനിക്കു മറ്റൊരു ഷോർട്ട് കട്ട് റൂട്ട് അറിയാമെന്നു പറയുന്നതും ക്ഷണനേരംകൊണ്ട് വീതികൂടിയ റോഡിൽനിന്നു വലത്തോട്ട് പോകുന്ന ഒരു ചെറിയ നടപ്പാതയിലൂടെ വണ്ടി ഓടിക്കാൻ തുടങ്ങുന്നതും.

ഫിലിപ്പ് പറഞ്ഞതനുസരിച്ചു ഈ വഴിയിലൂടെ പോകുമ്പോൾ അഞ്ച് കിലോമീറ്റർ കുറവാണെന്നും 18 കിലോമീറ്റർ കഴിഞ്ഞാൽ മൊമ്പാസ ഹൈവേയിൽ എത്തുമെന്നും പറഞ്ഞു. നേരം ഇരുട്ടാൻ തുടങ്ങിയതുകൊണ്ട് പെട്ടെന്ന് മൊമ്പാസ ഹൈവേയിൽ എത്തുക എന്ന ഏക ലക്ഷ്യമാണ് ഞങ്ങൾക്ക് മുന്നിൽ. പെട്ടെന്നാണ് ഫിലിപ്പ് വണ്ടി സ്പീഡ് കുറച്ചതും എന്നോട് മുന്നിലേക്ക് നോക്കാൻ പറ ഞ്ഞതും. വലിയ കാട്ടുപൂച്ചയുടെ വലിപ്പമുള്ള മൂന്ന് സിംഹ ക്കുട്ടി കൾ ഞങ്ങൾ പോകുന്ന അതേ ദിശയിൽ നടക്കുന്നു. കേവലം രണ്ടുമൂന്ന് മാസം മാത്രമാണ് ഇവയ്ക്കു പ്രായമെന്നും ഫിലിപ്പ് പറഞ്ഞു. വണ്ടിയുടെ ശബ്ദം കേട്ട സിംഹക്കുട്ടികൾ പിന്നിലേക്ക് തിരിഞ്ഞു കുറച്ചു നേരം ഞങ്ങളെതന്നെ നോക്കിനിന്നു. പിന്നീട് അനുസരണയുള്ള കുട്ടികളെപോലെ വഴിവിട്ടു പുല്ലിലേക്കു മാറി ഞങ്ങൾക്ക് പോകാൻ അനുമതി തന്നു. ഫിലിപ്പ് വണ്ടിയുടെ വേഗത കൂട്ടി മുന്നോട്ടു കുതിച്ചു. ഒരാളുടെ അരയ്ക്കൊപ്പം ഉയരമുള്ള പുല്ലു കൾക്കിടയിൽ മൃഗങ്ങൾക്കു പതിയിരുന്നു ഇരയെ പിടിക്കാൻ എ ളുപ്പമാണ്.

ഏതാണ്ട് ഏഴെട്ടു കിലോമീറ്റർ കഴിഞ്ഞു കാണും ഉഗ്രശബ്ദ ത്തിൽ ഞങ്ങളുടെ കാർ ഇടിച്ചു നിന്നു. ഇരുട്ടാവാൻ തുടങ്ങിയെ ങ്കിലും മുന്നിലേക്കു മാത്രം നോക്കിയിരിക്കുന്ന ഞാൻ ഒന്നും കണ്ടി ല്ലായിരുന്നു. ഫിലിപ്പ് ആക്സിലറേറ്റർ വീണ്ടും വീണ്ടും കൊടുക്കു ന്നുണ്ട്. പക്ഷേ വണ്ടി ഇളകുന്നുപോലുമില്ല.

പെട്ടെന്നാണ് ഫിലിപ്പ് ഇരിക്കുന്ന ഭാഗം വളരെ ചരിഞ്ഞതായി തോന്നിയത്. ഞങ്ങൾ ഇപ്പോഴും വൈൽഡ് റിസർവ് ഏരിയ യുടെ പുറത്തു കടന്നിട്ടില്ല എന്നും എത്രയും വേഗം ഇവിടം വിട്ട്

പോകണമെന്നും ഫിലിപ്പ് പറയുന്നുണ്ട്. ഫിലിപ്പ്, ഡോർ തുറന്നു പുറത്തു കടന്നു ടയറിലേക്കു നോക്കി തലയിൽ കൈ വെക്കുന്നത് കണ്ടു. പിന്നാലെ വണ്ടിയിൽനിന്നു ഇറങ്ങിയ ഞാൻ കണ്ടു മുൻ ഭാഗത്തുള്ള വലതുവശത്തെ ടയർ ഒരു കുഴിക്കുള്ളിലാണ്. തറ ഞ്ഞിരിക്കുന്ന ഈ ടയർ പുറത്തെടുക്കാൻ ജാക്കിപോലും വക്കാൻ നിർവാഹമില്ലാത്തത്ര കുഴി.

കുറച്ചുനേരം എന്നെ നോക്കിനിന്ന ഫിലിപ്പ്, എന്നോട് വാതിൽ അടച്ചു വാനിൽ ഇരിക്കാനും എന്തു വന്നാലും പുറത്തു കടക്കരു തെന്നും പറഞ്ഞ് വണ്ടിയുടെ എയർഹോൺ ഊരി എടുക്കാൻ തുടങ്ങി. ഇനി എന്താണ് സംഭവിക്കാൻ പോകുന്നതെന്നറിയാതെ സാകൂതം ഫിലിപ്പിന്റെ മുഖത്തേക്കുതന്നെ നോക്കി നിന്നു. താൻ അടുത്തുള്ള ഗ്രാമത്തിൽ പോയി കുറച്ചുപേരെ സഹായത്തിനായി കൊണ്ടുവരാമെന്നു പറഞ്ഞ് ഊരിയെടുത്ത എയർഹോണുമായി മുന്നോട്ടുള്ള വഴിയിലേക്ക് നടന്നു. അപകടകാരിയായ വന്യമൃഗ ത്തിൽ നിന്നു രക്ഷപ്പെടാനുള്ള ഏകമാർഗ്ഗമാണ് ഹോൺ പൊക്കി പിടിച്ചതെന്ന് പറഞ്ഞ്, മുന്നോട്ടുള്ള വഴിയിലൂടെ അയാൾ ഓടി നീങ്ങി.

സമയം 6.30 കഴിഞ്ഞ് ഇരുട്ടു വീണു തുടങ്ങി. അസ്തമയ സൂര്യന്റെ വെളിച്ചത്തിൽ, ഉണങ്ങിയ പുല്ലിന്റെ തലപ്പെല്ലാം സ്വർണ്ണനിറമായി. ഏകദേശം 50–60 മീറ്റർ ദൂരത്തിൽ വളരെ പൊക്കത്തിൽ ഏകനായി നിൽക്കുന്ന ഒരു മരവും അതിന്റെ മുകളിൽ മരിബു സ്റ്റോക്ക് എന്നു പേരുള്ള വലിയ പക്ഷിക്കൂട്ടവും ആ മരത്തിനുചുറ്റും പൊങ്ങി പറ ക്കുന്നത് എനിക്ക് കാണാം. കൊക്കിന്റെ പത്തിരട്ടി വലിപ്പമുള്ള ഈ പക്ഷികൾ പറക്കുമ്പോൾ നാല് അടിയോളം നീളം വരും. ഒരു പക്ഷി 10–15 കിലോ ഭാരം വരും. അതിന്റെ നീണ്ട ചുണ്ടുകൾ ക്കുമുണ്ട് ഒരടിയോളം നീളം. ചിറകടിച്ചു പറക്കുന്ന ശബ്ദവും അതിന്റെ തൊണ്ടയിൽനിന്നു വരുന്ന വല്ലാത്തൊരു ശബ്ദവും ഈ സമയത്തു വളരെ അരോചകമായി തോന്നുന്നു.

ചീവീടിന്റെ ശബ്ദവും അന്തരീക്ഷത്തിൽ തെളിഞ്ഞു കേൾക്കാൻ തുടങ്ങി. ഫിലിപ്പ് പോയിട്ട് ഏകദേശം 45 മിനിറ്റ് കഴിഞ്ഞു. ഇരു ട്ടിന്റെ കാഠിന്യം കൂടി വരുന്നതുപോലെ. വന്നവഴിയും ഫിലിപ്പ് നടന്നുപോയ വഴിയും ഒരു നേർത്ത വരപോലുമില്ലാത്ത വിധം ഇരുട്ടു മൂടിയിരിക്കുന്നു. ആകാശത്തു തെളിഞ്ഞ അനേകായിരം നക്ഷത്ര ങ്ങളെ നോക്കി തികഞ്ഞ നിരാശയോടെ എന്റെ കാത്തിരിപ്പു തുടർന്നു. മിന്നാമിനുങ്ങുകളെയും കാണാൻ തുടങ്ങി. ചുറ്റുപാടും ശ്രദ്ധിച്ചപ്പോൾ നിറയെ മിന്നാമിനുങ്ങുകളാണ്. ജീവിതത്തിൽ ഒരി ക്കൽപോലും ഇത്രയും മിന്നാമിനുങ്ങുകളെ ഒരുമിച്ചുകണ്ടിട്ടില്ല.

എന്റെ കാത്തിരിപ്പിന്റെ ദൈർഘ്യം കൂടിവരുന്നു. കാറ്റുവീശലും ശക്തിയായിത്തുടങ്ങി. വണ്ടിയിൽ പോകുമ്പോൾ പുറത്തു കാറ്റുള്ളതായി ഒരിക്കൽപോലും തോന്നിയിട്ടില്ല. മസായ് ഗോത്രത്തലവൻ പറഞ്ഞത് സിംഹം കാറ്റിന്റെ എതിർദിശയിൽ ഇരിക്കുമെന്നും കാറ്റിലൂടെ വരുന്ന ഇരയുടെ ഗന്ധമറിഞ്ഞു ആക്രമണം ആസൂത്രണം ചെയ്യുമെന്നും ഒരു നടുക്കത്തോടെയാണ് ഓർമ്മയിലെത്തിയത്. കൂടാതെ സിംഹക്കുട്ടികളെ കണ്ടപ്പോൾ ഫിലിപ്പ് പറഞ്ഞത് ഇവയുടെ തള്ള ഒരു കിലോമീറ്റർ ദൂരത്തിൽ എവിടെയെങ്കിലും കാണുമെന്നാണ്. എനിക്ക് ഫിലിപ്പിനോടുള്ള ദേഷ്യം കൂടുകയും അതിനൊപ്പം ഭയം കാലിലൂടെ അരിച്ചു കയറുന്നപോലെയും തോന്നിതുടങ്ങി. ഈ നശിച്ച മാരിബു സ്റ്റോർക്ക് പക്ഷികൾ എന്റെ ഭയത്തിന്റെ തീവ്രത കൂട്ടാനായി ചിറകടിയും വൃത്തികെട്ട വലിയ ശബ്ദത്തിൽ ചിലയ്ക്കാനും തുടങ്ങി. പെട്ടെന്നാണ് ഫിലിപ്പിന്റെ ഭാഗത്തുള്ള ഡോറിന്റെ ചില്ല് അല്പം തുറന്നിരിക്കുകയാണെന്നു കണ്ടത്. കുട്ടിസിംഹങ്ങളുടെ തള്ള ഈ വഴി വരാതിരിക്കാൻ ഡോറിന്റെ ചില്ല് ആവുന്നത്ര പൊക്കി. പക്ഷേ നിരാശനായി. അത് ഇനി മുകളിലേക്ക് പോകില്ല. പിക്കപ്പ് വാനിന്റെ ഉള്ളിൽ സ്വയരക്ഷയ്ക്ക് എന്തെങ്കിലും ആയുധമുണ്ടോയെന്നു എല്ലായിടത്തും പരതി നോക്കി. ഒരു മുഷിഞ്ഞ ടവൽ അല്ലാതെ ഈ വാനിൽ മറ്റൊന്നുമില്ല.

ഫിലിപ്പ് പോയിട്ട് രണ്ടു മണിക്കൂർ കഴിഞ്ഞു, ധൈര്യം ചോർന്നു പോകുന്നപോലെ തോന്നുന്നു. പിന്നിലേക്ക് തിരിഞ്ഞു നോക്കിയ ഞാൻ അകലെ നേർത്ത ഒരു വെളിച്ചം കണ്ടു. വെളിച്ചം കുറേക്കൂടി അടുത്തു വന്നപ്പോൾ ടോർച്ചിന്റെ വെളിച്ചമല്ലെന്നും മിക്കവാറും പന്തമായി ആരോ വരുന്നതായും തോന്നി. ആ വെളിച്ചം ഞങ്ങൾ പിന്നിട്ടുവന്ന വഴിയിലൂടെ വരുന്നപോലെയാണ് തോന്നുന്നത്. സാവകാശം മുന്നോട്ടു വരുന്ന ആ വെളിച്ചം കാഴ്ചയിൽ അടുത്തെത്തുമ്പോൾ ജ്വലിക്കുന്ന ഒരു തീഗോളം പോലെയാണ്.

വണ്ടി കിടക്കുന്ന വഴിയിൽ നിന്ന് രണ്ടുമൂന്ന് മീറ്റർ മാറി സമാന്തരമായി അത് അടുത്തു വരുന്നതാണെന്നും തോന്നി. ഈ തീഗോളം ആരാണ് പിടിച്ചതെന്നു കാണാനായി കാറിന്റെ ചില്ലിലൂടെ സൂക്ഷിച്ചു നോക്കി. ഒരു ഞെട്ടലോടെയാണ് അവിടെ ആരുമില്ലെന്നും തീഗോളം കത്തി ജ്വലിച്ചു കാറിന്റെ പാർശ്വത്തിലൂടെ ചെറുനാളങ്ങൾ പിന്നോട്ടാഞ്ഞു ഒഴുകുന്നപോലെ പോകുന്നതുമാണ് കാണുന്നത്. എന്റെ സപ്തനാഡികളും നിശ്ചലമായ പോലെ. ഭീകരസ്വപ്നം കാണുമ്പോൾ ചലിക്കാൻ പോലും കഴിയാതെ കിടക്കുന്ന നിസ്സഹായാവസ്ഥ. അലറി വിളിക്കണമെന്നുണ്ടെങ്കിലും ശബ്ദം തൊണ്ടയിൽ കുടുങ്ങിയതുപോലെ.

കേവലം ഒരു തീപ്പൊരി താഴെ വീണാൽ കത്താൻ തയ്യാറായി നിൽക്കുന്ന ഉണങ്ങിയ പുല്ലുകൾക്കുമീതെ തൊട്ടുരുമ്മി പോകുന്ന തീഗോളത്തിൽനിന്നു ഒരു തീപ്പൊരിപോലും താഴെ വീഴാതെ ഫിലിപ്പ് പോയ ദിശയിൽ തീ ഗോളം ഒഴുകി പോകുന്നു. അതു എന്നിൽ നിന്നകന്നകന്ന് ഇപ്പോൾ ചെറിയ ഒരു പൊട്ടിന്റെ വലിപ്പ മായി മാഞ്ഞു തുടങ്ങുന്നു. കിതയ്ക്കുന്നപോലെ എനിക്ക് തോന്നുന്നു. ഒരു ദിവസത്തെ പരിചയത്തിൽ ഫിലിപ്പിനോടൊപ്പം ഇറങ്ങി തിരിച്ച എനിക്ക് എന്നോടുതന്നെ ദേഷ്യം തോന്നി. ഇവിടെ വന്യമൃഗമാണോ സുഹൃത്തായി ഒപ്പമുള്ള ഫിലിപ്പാണോ കൂടുതൽ അപകടകാരി എന്നോർക്കുമ്പോൾ, ഈ യാത്ര വേണ്ടായിരുന്നു എന്നു പോലും തോന്നുന്നു. അടുത്ത ഗ്രാമത്തിലേക്കെന്നു പറഞ്ഞു ഫിലിപ്പ് പോയത് എന്നെ രക്ഷിക്കാനോ ശിക്ഷിക്കാനോ? മനസ്സിൽ ചോദ്യ ശരങ്ങൾ ഒന്നിനു പുറകെ ഒന്നായി വരുന്നു. എങ്കിലും മനസ്സിന്റെ ഏതോ കോണിൽ നിന്നും അവൻ നല്ലവനാണ് അവനെ വിശ്വസിക്കൂ എന്നൊരു ചെറുമന്ത്രണവുമുണ്ടായിരുന്നു.

ഭയത്തിന്റെ കുത്തൊഴുക്കിൽ പിടിച്ചുകേറാനായുള്ള ഏക കച്ചി ത്തുമ്പായിരുന്നു അത്.

നിശ്ശബ്ദതയിൽ എന്തോ മുരളുന്നപോലെയുള്ള നേർത്ത ശബ്ദം ഞാൻ കേട്ടു. ഇത് എന്റെ തോന്നലാണോ എന്നു എനിക്കുതന്നെ തീർച്ചപ്പെടുത്താൻ വീണ്ടും വീണ്ടും കാതു കൂർപ്പിച്ചുകേട്ടു. ആ ശബ്ദം മുരളാലാണോ ഗർജ്ജനമാണോ എന്നറിയില്ല, പക്ഷേ ശബ്ദം അടുത്തടുത്തു വരുന്നു എന്നു മനസ്സിലായി. ധൈര്യം ചോർന്നുപോയ ഞാൻ ഒരു നിർജ്ജീവാവസ്ഥയോടെ കാറിൽ ത്തന്നെ ഇരുന്നു.

സാവധാനം കാറിന്റെ മുന്നിലേക്ക് നടന്നടുക്കുന്ന നാലുപേരെ ഞാൻ കണ്ടു. ഒന്ന് ഫിലിപ്പാണ്. കൂടെ പ്രായമുള്ള രണ്ട് പേരും. ഒരുവൻ 17-18 വയസ്സായ യുവാവും. ഗോത്രഭാഷയിൽ സംസാരി ക്കുന്ന ഇവരുടെ കൈയിൽ നീളമുള്ള, മഞ്ഞനിറത്തിലുള്ള മുള യുടെ നാലു കോലുകളുമുണ്ട്.

ഫിലിപ്പ് എന്റെ അരികിൽവന്നു കാറിൽ നിന്നു ഇറങ്ങാൻ ആവശ്യ പ്പെട്ടു. എന്റെ അവസ്ഥയും ഇവിടെ നടന്നതൊന്നുമറിയാതെ ഫിലിപ്പ് ഒപ്പം വന്നവരോട് ചേർന്ന് മുളകൾ വണ്ടിയുടെ അടിയിൽ വെച്ചു വണ്ടി പൊക്കാനുള്ള ശ്രമത്തിലാണ്. യുവാവായ പയ്യൻ വന്നു മുളകളെല്ലാം വേറെ രീതിയിൽ വെച്ചു എല്ലാവർക്കും വേണ്ട നിർദ്ദേശങ്ങൾ കൊടുത്ത് നിസ്സാരമായി വണ്ടി പൊക്കി കുഴിയിൽ നിന്നു പുറത്തെടുത്തു. കണ്ടുനിന്ന എനിക്ക് ജീവൻ തിരിച്ചു കിട്ടിയ പോലെയായി. പേഴ്സ് തുറന്നു കിട്ടിയ 600 ഷില്ലിങ്ങും എടുത്തു

ഗോത്രവർഗ്ഗക്കാരനോടൊപ്പം

ഫിലിപ്പിനോട് അവർക്കു കൊടുക്കാൻ പറഞ്ഞു. നീട്ടിയ പണം വാങ്ങിക്കാതെ അവർ മുളങ്കോലും തോളിൽ വെച്ചു തിരിച്ചു നടക്കാൻ തുടങ്ങി. തിരിച്ചു പോകാൻ തയ്യാറെടുക്കുന്ന അവരോട് സ്വാഹിലി ഭാഷയിൽ 'asante asante' എന്നു പല തവണ ഉച്ചത്തിൽ പറഞ്ഞു ഞാൻ ഓടി വണ്ടിയിൽ കയറി.

ഈ സമയം ഫിലിപ്പ് ഊരിയെടുത്ത എയർ ഹോൺ തിരിച്ചു പിടിപ്പിക്കുന്ന തിരക്കിലായിരുന്നു. അല്പം മുന്നോട്ടു നീങ്ങിയ ഞങ്ങൾക്ക് ഒരു കൈയിൽ മുളങ്കോൽ പിടിച്ചും മറുകൈ പൊക്കിയും യാത്ര പറയുന്ന, വലിയ ഹൃദയമുള്ള ഗ്രാമവാസികളെയാണ് കണ്ടത്. പ്രതിഫലം ഇച്ഛിക്കാത്ത, എത്രയോ ദൂരം നടന്നു വന്ന ഈ മനുഷ്യർ സംസ്കാരമുള്ളവരെന്നു എന്നു അവകാശപ്പെടുന്ന നമ്മളേക്കാൾ എത്രയോ ഇരട്ടി സംസ്കാരസമ്പന്നർ. നീണ്ട യാത്രയ്ക്കുശേഷം രാത്രി ഒരു മണിയോടുകൂടി താമസിക്കുന്ന ഹോട്ടലിലെത്തി. പോക്കറ്റിലുണ്ടായിരുന്ന മുഴുവൻ കെനിയൻ ഷില്ലിങ്സും ഫിലിപ്പിന് കൊടുത്തു. കൂടാതെ ഞാൻ കണ്ട തീഗോളത്തെക്കുറിച്ചും പറഞ്ഞു.

ഫിലിപ്പ് കണ്ണിമ വെട്ടാതെ എന്നെതന്നെ നോക്കിയിരിക്കുന്നു. ഞാൻ പറഞ്ഞു കഴിഞ്ഞും ഫിലിപ്പ് എന്റെ മുഖത്തേക്കു തന്നെ നോക്കിയിരിപ്പാണ്. അയാളുടെ പേര് ഉറക്കെ വിളിച്ചപ്പോഴാണ് പെട്ടെന്ന് ബോധോദയമുണ്ടായപോലെ ഇതിന്റെ അർത്ഥം എനിക്കറിയാമെന്നും എന്റെ ബാബയുടെ ചെറുപ്പത്തിൽ ആ ഗ്രാമത്തിൽ ഇതുപോലുള്ള തീഗോളത്തെ ബാബ കണ്ടതായുമുള്ള കേട്ടറിവ് ഫിലിപ്പിനുണ്ടെന്നും പറഞ്ഞു. നേരം വളരെ വൈകിയതുകൊണ്ടു വീട്ടിൽ പെട്ടെന്ന് എത്തണമെന്നും നാളെ കമ്പനിയിൽ വരുമ്പോൾ എല്ലാം പറയാമെന്നും പറഞ്ഞ് ഫിലിപ്പ് പോയി. കുളികഴിഞ്ഞു ഞാൻ കിടന്നു. നാട്ടിൽ കേട്ട ഭൂതം, പ്രേതം, പിശാച്, ഒടിയൻ ഈ വക പൈശാചിക ശക്തികൾ ഇവിടെയുമുണ്ടോ? ഇതെല്ലാം ആഫ്രിക്കയുടെ സ്വന്തമാണോ എന്നായി എന്റെ ചിന്ത.

എവിടെയോ വായിച്ച 'കോണ്ടിനെന്റൽ ഡ്രിഫ്റ്റ് തിയറി' ഉള്ളത് തന്നെയോ? ആഫ്രിക്കൻ ഭൂഖണ്ഡത്തിൽനിന്നു അടർന്നുവന്ന ഒരു ഭാഗം പതിനായിരക്കണക്കിന് വർഷങ്ങൾക്കു മുൻപ് കടലിലൂടെ, ഇന്ത്യൻ ഉപഭൂഖണ്ഡത്തിന്റെ തെക്കേ അറ്റത്തുവന്നു ഇടിച്ചാണ് സൗത്ത് ഇന്ത്യ ഉണ്ടായതെന്നും അതിനാലാണ് ആയിരക്കണക്കിന് വർഷങ്ങൾ കഴിഞ്ഞും തെക്കെ ഇന്ത്യയിലേ ചിലർക്കെങ്കിലും ആഫ്രിക്കക്കാരുമായി എവിടെയോ എന്തോ ബന്ധമുള്ളപൊലെ തോന്നുന്നതെന്നും ഓർമ്മയിൽ വന്നു.

എന്തായിരിക്കും ഫിലിപ്പിന് പറയാനുള്ളത്, എന്തോ കാര്യമായി അവനും തീ ഗോളത്തെക്കുറിച്ച് അറിയാമെന്നു തോന്നുന്നു. എന്റെ ചിന്താമണ്ഡലം നിറയെ തീഗോളമായിരുന്നു. എന്തോ നിഗൂഢതകൾ ഇതുമായി ബന്ധപ്പെട്ടുള്ളതായി തോന്നുന്നു. ഏറെനേരം ഇതെല്ലാം ഭയത്തോടെ ഓർത്തോർത്തു കിടന്ന എന്നിൽ നിദ്രാദേവന് എപ്പോഴോ കനിവുതോന്നി ഞാനുറങ്ങി.

■

Murphy's Law

പൈതഗോറസ് സിദ്ധാന്തവും ആർക്കമിഡീസ് പ്ലവനതത്ത്വവും ശ്രീമാൻ ന്യൂട്ടന്റെ മൂന്ന് നിയമങ്ങളും പഠിച്ച് സ്കൂൾ കാലഘട്ടം നീന്തി കടന്ന് കോളേജിന്റെ തീരത്തെത്തി. കാൽകുലസും പ്രൊബബിലിറ്റിയുമായി സമരസപ്പെട്ട് വരുമ്പോൾ, മെഷീൻ ഡിസൈനും ഫ്ളൂയിഡ് മെക്കാനിക്സും ഹൈഡ്രോളിക്സും തുടങ്ങി. ഒരു തരത്തിൽ എല്ലാ ഫോർമുലകളുമായി സന്ധി ചെയ്ത് പാസായ സർട്ടിഫിക്കറ്റുമായി ജോലി തരപ്പെടുത്താനുള്ള നെട്ടോട്ടമായിരുന്നു പിന്നീട്.

ജീവിതത്തിൽ ഒരിക്കൽപോലും ഉപകരിക്കാത്ത എത്രയെത്ര ഫോർമുലകളും തത്ത്വങ്ങളും സിദ്ധാന്തങ്ങളുമാണ് കലാലയ കാലഘട്ടത്തിൽ നാമേവരും പഠിക്കേണ്ടി വരുന്നത്. പക്ഷേ പിന്നീടുള്ള ജീവിതത്തിൽ അത്യാവശ്യം അറിഞ്ഞിരിക്കേണ്ട നിയമങ്ങളും തത്ത്വങ്ങളും കലാലയ കാലത്ത് ഔട്ട് ഓഫ് സിലബസായതുകൊണ്ട് ചോദ്യപേപ്പറില്ലാത്ത പരീക്ഷകളാണ് ജീവിതത്തിലുടനീളം നാം അഭിമുഖികരിക്കേണ്ടത്, അതിലൊന്ന് മാത്രമാണ് മർഫീസ് ലോ!

കൊറോണയുടെ ദുരിതം നിറഞ്ഞ നാളുകളിൽ നിന്ന് ലോകം തന്നെ വിടുതൽ അനുഭവിക്കാൻ തുടങ്ങുന്ന കാലം, 2021 ഡിസംബർ മാസം. കഴിഞ്ഞ രണ്ട് വർഷങ്ങളിൽ കോവിഡ് വ്യാപനം കാരണം ബിസിനസ്സ് ആവശ്യത്തിനായി വിദേശയാത്രകൾ പൂർണ്ണമായി ഒഴിവാക്കിയിരുന്നു. 2021 ഡിസംബർ മാസത്തിൽ വിദേശത്തേക്കുള്ള പുനർയാത്രയുടെ ഭാഗമായി എത്യോപ്യയിലേക്ക് പോകാനായി ക്രമീകരണങ്ങൾ തുടങ്ങി.

ഇന്ത്യക്കാർക്ക് അഡിസ് അബാബ എയർപോർട്ടിൽനിന്ന് സന്ദർശന വിസ ലഭ്യമായതിനാൽ ഇവിടേക്കുള്ള യാത്ര വളരെ പെട്ടെന്ന് ക്രമീകരിക്കാവുന്നതാണ്.

വെളുപ്പിന് നാലര മണിക്കായിരുന്നു ദുബായിൽനിന്നും എത്യോപ്യൻ എയർലൈൻസിലുള്ള യാത്ര പുറപ്പെടേണ്ടത്. ദുബായിലെ കനത്ത മൂടൽമഞ്ഞു കാരണം അബുദാബിയിൽ നിന്ന് മറ്റൊരു

വിമാനത്തിലായിരുന്നു യാത്ര തുടർന്നത്. അഡിസ് അബാബ എയർപോർട്ടിൽ എത്തിയപ്പോഴാണറിയുന്നത് കോവിഡ് മഹാമാരിക്ക് ശേഷം സന്ദർശക വിസകൾ എയർപോർട്ടിൽ നിന്ന് സന്ദർശകർക്ക് ലഭ്യമല്ലെന്ന്. പെട്ടെന്നുള്ള തിരിച്ചുപോക്കിനായി അന്വേഷിച്ചപ്പോഴാണറിഞ്ഞത് അടുത്ത മൂന്ന് ദിവസത്തേക്ക് ദുബായിലേക്കുള്ള വിമാന ടിക്കറ്റ് കിട്ടാനില്ലെന്ന്. ഈ അറിവ് എന്നെ തികച്ചും നിരാശനാക്കി.

വിരസത നിറഞ്ഞ ആറു മണിക്കൂറിനുശേഷം അഡിസ് അബാബ എയർപോർട്ടിൽ നിന്ന് ടാൻസാനിയയിലേക്കോ കെനിയയിലേക്കോ പോകാമെന്നും ഇന്ത്യക്കാർക്ക് ഈ രണ്ട് രാജ്യങ്ങളിലും ആഗമന വിസ ലഭ്യമാണെന്നും അറിഞ്ഞു. ടാൻസാനിയയിലെ കിളിമഞ്ചാരോ എയർപോർട്ടിലേക്ക് ഉടൻ യാത്ര പുറപ്പെടുന്ന എത്യോപ്യൻ എയർ ലൈൻസിന്റെ ടിക്കറ്റ് വാങ്ങാനുള്ള ശ്രമം തുടങ്ങി.

ഇന്റർനെറ്റിന്റെ ചില സാങ്കേതിക പ്രശ്നങ്ങളാൽ ക്രെഡിറ്റ്കാർഡിന്റെ ഉപയോഗം നടക്കാതെ വരികയും ഒരു വിധത്തിൽ ഡോളർ കൊടുത്ത് ടിക്കറ്റുമായി ചെക്ക് ഇൻ കൗണ്ടറിലേക്ക് ഓടി എത്തിയപ്പോഴേക്കും സമയം ഏറെ വൈകിയിരുന്നു,

വീണ്ടും നിരാശ. അര മണിക്കൂർ കഴിഞ്ഞപ്പോൾ കിളിമഞ്ചാരോയിലേക്കുള്ള വിമാനം പറന്നു പോകുന്നതും കണ്ട് ഇനിയുള്ള വൈതരണികളുടെ ആലോചനയിലാണ്ട് ഏകനായി അവിടെ ഇരുന്നു, ആൾക്കൂട്ടത്തിൽ തനിയെ എന്ന അവസ്ഥ അനുഭവിച്ചറിഞ്ഞു. പിന്നീടുള്ള ശ്രമത്തിനൊടുവിൽ എയർലൈൻ ജീവനക്കാരുടെ കനിവോടെ കിളിമഞ്ചാരോ ടിക്കറ്റ് മാറ്റി എട്ടു മണിക്കൂറിനുശേഷം കെനിയയിലെ നൈറോബിയിലേക്കുള്ള വിമാന ടിക്കറ്റ് തരപ്പെടുത്തി.

ഇതിനകം അഡിസ് അബാബ എയർപോർട്ടിലുള്ള വാസം പന്ത്രണ്ടു മണിക്കൂർ പിന്നിട്ടിരുന്നു. വിരസതയുടെ പന്ത്രണ്ടാം മണിക്കൂറിൽ എത്യോപ്യൻ ആതിഥേയ സൽക്കാരത്തിന്റെ ഭാഗമായ ബുനാ എന്നറിയപ്പെടുന്ന തദ്ദേശീയ കാപ്പി കുടിക്കാനായി എയർപോർട്ടിലെ എല്ലാ ആഡംബരങ്ങളോടും കൂടിയ കഫേയിൽ എത്തി.

കാലിയായി കിടക്കുന്ന കാപ്പിക്കടയിൽ ആവി പറക്കുന്ന ബുനായുടെ വരവിനായി ഇരുപ്പുറപ്പിച്ചു. ഈ സമയം 'എഡ്' എന്ന് സ്വയം പരിചയപ്പെടുത്തിയ ഒരാൾ ഒന്നിന് പുറകെ ഒന്നായി എനിക്ക് നേരെ ചോദ്യശരങ്ങൾ എയ്തു തുടങ്ങി. കൂട്ടത്തിൽ അയാൾ ഒരു ബ്രിട്ടീഷ് പൗരനാണെന്നും ജോലിയുടെ ഭാഗമായി കെനിയയിലേക്കുള്ള യാത്രയിലാണെന്നും പറഞ്ഞു. നീണ്ട് മെലിഞ്ഞ് അറുപത്തിയഞ്ച് വയസ്സ് തോന്നിക്കുന്ന ഇയാളുടെ തലയിലെ വലിയ തൊപ്പിയും നീണ്ട കോട്ടും ബ്രാംസ്റ്റോക്കറിന്റെ ഡ്രാക്കുളയെയാണ് ഓർമ്മിപ്പിച്ചത്.

എഡ്‌വേഡ് മർഫി

ഇരുപതു മണിക്കൂർ മുന്നേ തുടങ്ങിയ എന്റെ യാത്ര ലക്ഷ്യസ്ഥലം കാണാതെ മടങ്ങാനുള്ള യോഗമാണെന്നും ഈ യാത്ര 'മർഫിസ് ലോ' അനുസരിച്ചായിരിക്കാം നടക്കുന്നതെന്നും ഒരാത്മഗതം പോലെ പറഞ്ഞതും ഉയർന്നത് അയാളുടെ ഒരു പൊട്ടിച്ചിരിയായിരുന്നു. അല്പം കൗതുകത്തോടെ മുഖത്തേക്ക് നോക്കുന്ന എന്നോട് അയാൾ പറഞ്ഞു. "എന്റെ മുഴുവൻ പേര് എഡ്വേഡ് മർഫി." അതു കൊണ്ട് അയാൾ ഒരിക്കലും മുഴുവൻ പേര് ഒരിടത്തും പറയാറില്ല. അയാളുടെ മുഴുവൻ പേര് കേട്ടപ്പോൾ മന്ദഹാസം മാഞ്ഞുപോയ മുഖവുമായി ഞാൻ നിന്നു.

എഡ്വേഡ് മർഫി എന്ന സ്കോട്ടിഷ് എൻജിനീയറുടെ പേരിൽ നിന്നാണ് 'മർഫിസ് ലോ' എന്ന ദുരിതങ്ങളുടെ നിയമം ഉടലെടുത്തതെന്ന് അറിയാമായിരുന്നു. പടിഞ്ഞാറൻ സംസ്കാരത്തിൽ കാര്യങ്ങൾ നിരന്തരമായി തെറ്റായി നടക്കുമ്പോൾ പറയുന്ന ഒരു ശൈലിയാണ് മർഫിസ് ലോ. എഡ് വീണ്ടും ചിരിച്ചപ്പോൾ ഇനിയെത്ര ദുരിതങ്ങളാണ് എനിക്ക് മുന്നിലെന്നുള്ള ചിന്ത ഒരു കൊള്ളിയാൻ കണക്കെ ഒരിക്കൽ കൂടി ഓർത്തുപോയി.

"തെറ്റ് സംഭവിക്കാവുന്നതെന്തും തെറ്റായിപ്പോകും." അതാണ് മർഫിസ് ലോ.

യാത്രയിലായാലും ജോലിയിലായാലും പലപ്പോഴും ഒരു തെറ്റു സംഭവിച്ചാൽ പിന്നെ തെറ്റുകളുടെ ഒരു നീണ്ട ഘോഷയാത്രയായിരിക്കും.

എഡ് എന്ന ഈ മനുഷ്യൻ അദ്ദേഹത്തിന്റെ ജീവിത കഥ പറഞ്ഞപ്പോൾ മർഫിസ് ലോ കാരണം ജീവിതത്തിലുണ്ടാകുന്ന ഓരോ ചെറിയ അസൗകര്യങ്ങളും പ്രകൃതി ഒരുക്കുന്ന പഠനക്കളരിയാണെന്നും അത് അറിയാനായി നാമേവരും ഇനിയും മാനസികമായി വളരണമെന്നുമാണ് എഡ് പറഞ്ഞു നിർത്തിയത്.

നാളിതുവരെ മർഫിസ് ലോ നിരാശയുടെയും കഷ്ടതകളുടെയും സഹചാരി എന്ന് ധരിച്ച എനിക്ക് അദ്ദേഹത്തിന്റെ വിശകലനത്തോടെ ആ ദൃഢചിന്തകൾക്ക് ഒരു ചലനം സംഭവിച്ചതുപൊലെ തോന്നി തുടങ്ങി. അയാളുടെ ജീവിതത്തോടുള്ള വീക്ഷണവും മറ്റ മനുഷ്യരോടുള്ള ദയയും കരുതലും പുതിയ ചിന്തകൾക്ക് ഊർജ്ജം പകർന്നു.

അമ്മ ആരാണെന്ന് പറയാതെയാണ് എഡിന്റെ പിതാവ് അദ്ദേഹത്തെ വളർത്തിയത്. വളരെ ചെറുപ്പത്തിൽ ചെറിയ ഒരു സമയം ദുർഗുണ പരിഹാര പാഠശാലപോലുള്ള ജയിൽവാസം അനുഭവിക്കേണ്ടി വരികയും പിന്നീട് ജോലി ചെയ്ത് പഠിക്കുകയുമാണ് അദ്ദേഹം ചെയ്തത്. ഇരുപത്തിയഞ്ച് വയസ്സ് മുതൽ പ്രൈസ് വാട്ടർ എന്ന ബഹുരാഷ്ട്ര കമ്പനിയിൽ നല്ല നിലയിൽ ജോലി

ചെയ്യുകയും ജോലി രാജി വെച്ച് ജനസേവനത്തിനിറങ്ങുകയും ചെയ്തയാളാണ് എഡ്.

കളിമണ്ണുകൊണ്ട് പാത്രങ്ങൾ ഉണ്ടാക്കുന്നതിൽ ലോകത്തിന്റെ ഈറ്റില്ലമായി അറിയപ്പെടുന്ന ഇംഗ്ലണ്ടിലെ സ്റ്റോക്ക് ഓൺ ട്രെന്റ് എന്ന സ്ഥലത്തു വളർന്നുവന്ന എഡ്, കളിമൺപാത്ര നിർമ്മാണ ത്തിൽ നിപുണനായിരുന്നു. കൂടാതെ ജൈവകൃഷി, വീടു നിർമ്മാണം, ശുദ്ധജല വിതരണം, ശുചിത്വം എന്ന് തുടങ്ങി ശിശു പരിപാലനം വരെ 'ഏഡ് കെയർ' എന്ന പേരിലുള്ള സംഘടന ആഫ്രിക്കയിലെ പല ഗ്രാമങ്ങളിലും ചാരിറ്റി രീതിയിൽ ചെയ്യു ന്നുണ്ട്.

എഡ്, രൂപം കൊടുത്ത സേവന സംഘങ്ങളിലൂടെ, ലാഭേച്ഛ യില്ലാതെ ആഫ്രിക്കയിലെ പല രാജ്യങ്ങളിലായി എഡ് കെയർ സേവനം നടത്തുന്നു. അവിവാഹിതനായ ഇയാൾ എല്ലാ സമ്പത്തും ഈ ആവശ്യങ്ങൾക്കായി ചിലവഴിക്കുന്നു, തികച്ചും മാതൃകാപര മായ സേവനം. എന്റെ മുഖത്തുള്ള കൗതുകവും അയാളോടുള്ള ബഹുമാനവും മനസ്സിലാക്കിയ അയാൾ, തനിക്ക് നേരിട്ട ദുരനുഭ വങ്ങളെക്കുറിച്ചും പിന്നീട് ആ അനുഭവങ്ങൾ കൊണ്ടെത്തിച്ച നല്ല പര്യവസാനങ്ങളെക്കുറിച്ചും വാചാലനായി.

കെനിയയിലേക്കുള്ള എന്റെ ലക്ഷ്യമില്ലായാത്രയെപ്പറ്റി പറഞ്ഞ പ്പോൾ, അയാൾ നിശ്ശബ്ദനായി, താഴ്ന്ന സ്വരത്തിൽ ഒരു ദിവസം അയാൾക്കായി കെനിയയിൽ ചിലവഴിക്കാൻ പറ്റുമോയെന്ന് ചോദിച്ചു. എന്തിന് എന്ന മറുചോദ്യം ഒഴിവാക്കി രണ്ടു ദിവസം വരെ നിൽക്കാമെന്ന് പറഞ്ഞു. എഡിനെ കണ്ടുമുട്ടിയ നിമിഷം മുതൽ നീണ്ട എട്ടു മണിക്കൂർ കാപ്പിക്കടയിൽ ഇടമുറിയാതെയുള്ള സംവാദമായിരുന്നു.

നൈയ്റോബി എയർപോർട്ടിൽനിന്ന് പുറത്തുവന്ന ഞങ്ങളെ സാം എന്ന കെനിയക്കാരൻ നിറഞ്ഞ ചിരിയോടെ സ്വീകരിച്ചു. അദ്ദേ ഹത്തിന്റെ പഴയ ലാൻഡ് റോവർ പിക്കപ്പിൽ കയറി ഞങ്ങൾ മൂവരും യാത്ര തുടങ്ങി. ഒരു മണിക്കൂർ യാത്രയ്ക്ക് ശേഷം ടാർ റോഡു കൾക്ക് വിട പറഞ്ഞു ഞങ്ങളുടെ വാഹനം ചുറ്റുപാടും പൊടി പറത്തി കുണ്ടും കുഴിയും നിറഞ്ഞ മൺപാതയിലൂടെ യാത്ര തുടർന്നു. വളരെ അകലെ നിന്ന് കാണാമായിരുന്ന ലോയിട്ടാ മലയും കയറി പിന്നീടുള്ള യാത്ര കുറ്റിക്കാട് നിറഞ്ഞ ഇടുങ്ങിയ പാതയിലൂടെയായിരുന്നു.

അഞ്ച് മണിക്കൂർ നീണ്ട യാത്രയ്ക്കൊടുവിൽ ഞങ്ങൾ എന്റ സോപ്യ എന്ന കൊച്ചു ഗ്രാമത്തിലെത്തി. ഭൂമിയുടെ അവസാന ഗ്രാമ മെന്നു തോന്നിക്കുന്ന ഇവിടെ രണ്ട് ഗോത്രത്തിൽ പെട്ട നാലായിരം

പേരാണുള്ളത്. എഡ്നെ ഒരു നോക്ക് കണ്ട എല്ലാവരും കൈ പൊക്കി ഈ മനുഷ്യനെ അഭിവാദ്യം ചെയ്യുന്നത് കണ്ടു.

പല മാലിന്യങ്ങളുമായി ഈ ഗ്രാമത്തിൽ വരുന്ന ജലം എല്ലാ കാലങ്ങളിലും ഒരുപോലെ കുടിക്കാൻ ഉപകരിക്കുന്ന നിലയിൽ ഇവിടെ തടയിണകൾ കെട്ടി, ജലശുദ്ധീകരണ പദ്ധതി ആവിഷ്കരിക്കലാണ് എഡിന്റെ ഈ വരവിന്റെ ആഗമനോദ്ദേശ്യം. ഇതിനകം ജലശുദ്ധീകരണത്തിന്റെ പല സാധ്യതകളും ഞങ്ങൾ സംസാരിച്ചിരുന്നു. മുപ്പതു വർഷത്തെ ഈ ശാഖയിലുള്ള എന്റെ പ്രവർത്തി

എന്റസോപ്യ ഗ്രാമത്തിൽ കൊട്ട നെയ്യുന്ന സ്ത്രീ

പരിചയം ഉപയോഗപ്പെടുത്തി ഈ ഗ്രാമത്തിൽ കിട്ടാവുന്ന സാമഗ്രികൾ കൊണ്ട് കുറഞ്ഞ ചിലവിൽ ശുദ്ധജല പദ്ധതി പ്രാവർത്തികമാക്കാനുള്ള രൂപരേഖ തയ്യാറാക്കി. ചില നിർണ്ണായക വസ്തുക്കൾ ദുബായിൽ ചെന്നതിനു ശേഷം എത്തിച്ചു കൊടുക്കാമെന്ന് പറഞ്ഞു.

രണ്ട് ദിവസം ഗ്രാമവാസികളുടെ കൂടെ, അവരുടെ പുല്ലുമേഞ്ഞ ഒറ്റമുറി വീട്ടിൽ ഞങ്ങൾ രണ്ടു ദിവസം ചിലവഴിച്ചു. പ്രാതലിനായി കൊണ്ടുവന്ന ചുട്ട കിഴങ്ങും തേനും പാലും എഡിന്റെ കൂടെ കഴിച്ചു. ദിവസത്തിൽ ഒരു തവണ മാത്രമാണ് അവർ ഭക്ഷണം കഴിക്കുന്നതായി കണ്ടത്. ദൃഢഗാത്രരായ അവരിൽ പലരും മുള കൊണ്ടുള്ള കൊട്ടകൾ ഉണ്ടാക്കുന്ന പണിയിൽ വ്യാപൃതരാണ്.

രണ്ട് ദിവസത്തിനു ശേഷം സാം എന്റെ മടക്കയാത്രയ്ക്കായി വീണ്ടും ലാൻഡ് റോവറുമായെത്തി. ഈ സമയം മാറി നിന്ന് എല്ലാം നോക്കി നിന്ന എഡ്, വേഗത്തിൽ വന്ന് എന്നെ ആശ്ലേഷിച്ചു. സന്തോഷാശ്രുക്കൾ നിറഞ്ഞ കണ്ണുകളാൽ, ഇനിയും കാണണമെന്നും പറഞ്ഞു. ഈ കാട്ടിലെ കഴിഞ്ഞ രണ്ട് ദിനങ്ങൾ തന്ന പാഠങ്ങൾ ഒരു കലാലയസിലബസിലും ഇല്ലാത്തതാണെന്ന് ഒരിക്കൽ കൂടി ഓർത്തുപോയി.

എന്റസോപ്യയും എഡും എന്റെ ജീവിതത്തോടുള്ള കാഴ്ചപ്പാടിനെ ഒരു പുനർവിചിന്തനത്തിന് വിധേയമാക്കി. ദുബായിലേക്കുള്ള മടക്കയാത്രയിൽ ഞാനനുഭവിച്ച സന്തോഷം വിവരണാതീതമാണ്.

മർഫീസ് ലോ എന്ന ദുരവസ്ഥയെ പിന്നീടൊരിക്കലും പഴിചാരിയിട്ടില്ല. എല്ലാം പുതിയ ഒരു തുടക്കമാണെന്നുള്ള അറിവ് അനുഭവിച്ചറിഞ്ഞത് എഡ് എന്ന മനുഷ്യസ്നേഹിയുടെ നിസ്വാർത്ഥ സേവനങ്ങളിൽ നിന്നുമാണ്. ശിഷ്ടജീവിതത്തിൽ ഇനിയും എഡ്നെ പോലുള്ള വ്യക്തിമിത്രങ്ങളെ അറിയാനും ആ വ്യക്തിത്വത്തിലേക്കു വളരാനും ഇടയാകട്ടെ എന്ന ചിന്തയിലാണ് ദുബായിലേക്കുള്ള വിമാനത്തിൽ കയറി.

■